വിജ്ഞാനവർഷം

പുസ്തകം 128

തപാലിന്റെ കഥ
തപാൽ മുദ്രകളുടെയും

thapalinte kadha thapal mudrakaludeyum

•

gifoo melattor

•

first edition
november 2017

•

published
chintha publishers, thiruvananthapuram

•

typesetting
star communications, thiruvananthapuram

•

cover
vinood

വിതരണം

ദേശാഭിമാനി ബുക്ക് ഹൗസ്

H O തിരുവനന്തപുരം-695 035
Ph: 0471-2303026, 6063020
www.chinthapublishers.com
chinthapublishers@gmail.com

ബ്രാഞ്ചുകൾ

ഹെഡ്ഡാഫീസ് ബ്രാഞ്ച് കുന്നുകുഴി • സ്റ്റാച്യു തിരുവനന്തപുരം • കെ എസ് ആർ ടി സി ബസ് സ്റ്റേഷൻ ആലപ്പുഴ • കെ എസ് ആർ ടി സി ബസ് സ്റ്റേഷൻ എറണാകുളം • മച്ചിങ്ങൽ ലെയ്ൻ തൃശൂർ • ഐ ജി റോഡ് കോഴിക്കോട് • മാവൂർ റോഡ് കോഴിക്കോട് • എൻ ജി ഒ യൂണിയൻ ബിൽഡിങ് കണ്ണൂർ • സെൻട്രൽ ബസ് ടെർമിനൽ കോംപ്ലക്സ് താവക്കര കണ്ണൂർ

CO - VV. 128 / 2581 / 4444
ISBN - 978-93-86637-50-5

തപാലിന്റെ കഥ
തപാൽ മുദ്രകളുടെയും

ഗിഫു മേലാറ്റൂർ

ചിന്ത പബ്ലിഷേഴ്സ്
തിരുവനന്തപുരം-695 035

ഗിഫു മേലാറ്റൂർ

വള്ളുവനാട് താലൂക്കിലെ മേലാറ്റൂരിൽ ജനനം. ആർ എം എച്ച് എസ് മേലാറ്റൂർ, പി ടി എം ഗവൺമെന്റ് കോളേജ് പെരിന്തൽമണ്ണ, ഗവ. പോളിടെക്നിക് അങ്ങാടിപ്പുറം എന്നി വിടങ്ങളിൽ വിദ്യാഭ്യാസം. റിയാദിലെ അൽ-മുഗ്നി പബ്ലി ക്കേഷനിൽ ജോലി ചെയ്തു. ബാലസാഹിത്യ രംഗത്തും വൈജ്ഞാനികരംഗത്തും നിരവധി പുസ്തകങ്ങൾ പ്രസി ദ്ധീകരിച്ചു. 44 നോവലുകളും ആയിരത്തോളം കഥകളും സ്ക്രിപ്റ്റുകളും വൈജ്ഞാനികസാഹിത്യലേഖനങ്ങളും എഴുതിയിട്ടുണ്ട്. ഈ വിഷയങ്ങളിൽ ഇപ്പോഴും സജീവം.

വിലാസം : മേലേടത്ത്
മേലാറ്റൂർ പി ഒ
മലപ്പുറം - 679326
ഫോൺ : 9946427601

ഉള്ളടക്കം

പ്രസാധകക്കുറിപ്പ്

പുരാതനകാലം മുതൽക്കേ തപാൽ സമ്പ്രദായം നിലവിലിരുന്നതായിട്ടാണ് അറിയപ്പെടുന്നത്. അസ്സീറിയ, ബാബിലോണിയ തുടങ്ങിയ പുരാതന സംസ്കാരങ്ങളിൽ പോസ്റ്റൽ സർവ്വീസുകൾ ഉണ്ടായിരുന്നതായി രേഖകളുണ്ട്. ചൈനയിൽ ബി സി 600 കളിൽ തപാൽ സംവിധാനം ഉണ്ടായിരുന്നു. കുതിരപ്പുറത്ത് സഞ്ചരിച്ച് കത്തുകൾ ബന്ധപ്പെട്ടവർക്ക് എത്തിക്കുന്ന രീതി പേർഷ്യയിൽ നിലവിലുണ്ടായിരുന്നതായും പറയപ്പെടുന്നു.

ഇന്നു ലോകത്ത് ഏറ്റവും ക്രിയാത്മകമായി പ്രവർത്തിക്കുന്നത് ഇന്ത്യൻ തപാൽ സർവ്വീസ് ആണെന്നു പറയപ്പെടുന്നു.

സ്റ്റാമ്പു ശേഖരണത്തിൽ ഏർപ്പെട്ടിരിക്കുന്നവർക്കും മത്സര പ്പരീക്ഷകൾ അഭിമുഖീകരിക്കുന്നവർക്കും ഈ പുസ്തകം സഹായകരമായിരിക്കും.

വിസ്മയകരമായ വിവരങ്ങളടങ്ങുന്ന ഈ ലഘുഗ്രന്ഥം വിജ്ഞാന വർഷം സീരിസിൽ ഉൾപ്പെടുത്തി ഞങ്ങൾ പ്രസിദ്ധീകരിക്കുകയാണ്.

ചിന്ത പബ്ലിഷേഴ്സ്

ആമുഖം

ഹോബികളുടെ രാജാവ് എന്നാണ് 'ഫിലാറ്റലി' എന്ന സ്റ്റാമ്പു ശേഖരണം ലോകമാകെ അറിയപ്പെടുന്നത്. ചരിത്രം ഉറങ്ങിക്കിടക്കുകയാണ് ഓരോ തപാൽ സ്റ്റാമ്പിലും. എത്രയെത്ര കഥകളാണ് അവ നമ്മോടു പറയുന്നത്! വിനോദത്തിനൊപ്പം വിജ്ഞാനത്തിനും ധനസമ്പാദനത്തിനും കാരണമാകുന്ന ഈ നേരമ്പോക്ക് രാജാക്കന്മാരുടെ വിനോദം കൂടിയത്രെ. 'ഫിലോ' എന്നാൽ മനസ്സിനു ബോധിച്ച, ഇഷ്ടപ്പെട്ട എന്നിങ്ങനെയാണ് അർത്ഥം. നികുതിയിൽനിന്ന് ഫ്രീയാക്കപ്പെട്ടത് എന്നർത്ഥമുള്ള "റ്റെലി" എന്ന ഗ്രീക്കുപദവും ചേർന്നതാണ് 'ഫിലാറ്റലി'. ഈ പേര് സ്റ്റാമ്പുശേഖരണത്തിനു നല്കിയത് ജോർജ് ഹെർഫിൻ എന്ന ഫ്രഞ്ചുകാരൻ 1864 ലായിരുന്നു. ഇത് ഒരു ഹോബിയായി ആരംഭിച്ചതാകട്ടെ ഐറിഷുകാരനായ 'ജോൺ ബാർക്കെ'യും.

പ്രഥമ സ്റ്റാമ്പ് ലോകത്ത് അംഗീകരിക്കപ്പെട്ട 1840 മെയ് 6 നുതന്നെ സ്റ്റാമ്പുശേഖരണവും ആരംഭിച്ചിരിക്കണം എന്നു വേണം കരുതാൻ. ഇന്നും ലോകത്ത് ഏറ്റവും ക്രിയാത്മകമായി പ്രവർത്തിക്കുന്നത് ഇന്ത്യൻ തപാൽ സർവ്വീസ് ആണ്. 1852 ജൂലൈ 1 നായിരുന്നു ഭാരതത്തിൽ 'സിന്ധ് ഡാക്ക്' എന്ന ചുവന്ന തപാൽ സ്റ്റാമ്പ് ഇറങ്ങിയത്. സ്വതന്ത്ര ഭാരതത്തിന്റെ പ്രഥമ തപാൽ മുദ്ര ഇറങ്ങുന്നതാകട്ടെ, 1947 നവംബർ 21 നും. പാറിപ്പറക്കുന്ന ദേശീയ പതാക മുദ്രണം ചെയ്ത സ്റ്റാമ്പിൽ 'ജയ്ഹിന്ദ്' എന്നും 15th Aug 1947 എന്നുമുണ്ടായിരുന്നു. മൂന്നര അണയായിരുന്നു ഈ സ്റ്റാമ്പിന്റെ മൂല്യം. അതേ വർഷം തന്നെ ഡിസംബർ 15 ന് ഒന്നര അണ വിലയുള്ള അശോകസ്തംഭം ചിത്രീകരിച്ച ഒന്നും 12 അണ വിലയുള്ള പറക്കുന്ന വിമാനം മുദ്രണം ചെയ്ത മറ്റൊരെണ്ണവും പുറത്തിറക്കി. പിന്നീടങ്ങോട്ട് എത്രയെത്ര സ്റ്റാമ്പുകൾ... അവയിലെല്ലാം ഭാരതീയ പൈതൃകങ്ങളും മഹാ

ന്മാരും മഹതികളും സംഭവങ്ങളും നാഴികക്കല്ലുകളും എടുപ്പുകളും പ്രകൃതിയും പക്ഷിമൃഗാദികളും സസ്യലതാദികളും ഫലമൂലാദികളും ഇന്ത്യൻ സ്റ്റാമ്പിനു വിഷയമാകുകയുണ്ടായി!

തപാലിന്റെയും തപാൽ മുദ്രകളുടെയും അത്ഭുതലോകത്തേക്ക് നിങ്ങളെ കൂട്ടിക്കൊണ്ടുപോകുന്ന വിവരങ്ങളും ചോദ്യോത്തരങ്ങളും അടങ്ങിയ പുസ്തകമാണിത്. വിദ്യാർത്ഥികൾക്ക് ഇത് ഏറെ പ്രയോജനപ്പെടുമെന്ന പ്രതീക്ഷയോടെ,

ഗിഫു മേലാറ്റൂർ

1

തപാലും തപാൽ മുദ്രകളും

കത്തുകളും പണവും പുസ്തകങ്ങളും മറ്റും മേൽവിലാസക്കാരന് കൈമാറുന്നതിനുള്ള സമ്പ്രദായമാണ് 'തപാൽ' എന്ന പോസ്റ്റൽ സർവ്വീസ്. പുരാതനകാലം മുതൽക്കേ ഈ സമ്പ്രദായം നിലവിലിരുന്നതായ ചരിത്രത്തിൽ കാണാം. അസ്സീറിയ, ബാബിലോണിയ തുടങ്ങിയ പുരാതന സംസ്കാരങ്ങളിൽ പണ്ടുതന്നെ പോസ്റ്റൽ സർവ്വീസുകൾ ഉണ്ടായിരുന്നതായി രേഖകളുണ്ട്. ചൈനയിലാകട്ടെ, ബി സി 600 കളിൽ തന്നെ ഈ രീതിയുണ്ടായിരുന്നുവത്രെ. കുതിരപ്പുറത്തു സഞ്ചരിച്ച് എഴുത്തുകൾ ബന്ധപ്പെട്ടവർക്ക് എത്തിക്കുന്ന രീതി പേർഷ്യയിൽ നിലവിലുണ്ടായിരുന്നു.

തപാൽ മുദ്രകളുടെ പിതാവ്

റോമാക്കാർ പേർഷ്യക്കാരുടെ ഈ രീതിയാണ് തുടർന്നിരുന്നത് അക്കാലത്താകട്ടെ, തപാൽ സമ്പ്രദായം പ്രധാനമായും രാജാക്കന്മാർക്കും പ്രഭുക്കന്മാർക്കും സമൂഹത്തിലെ മറ്റ് ഉന്നതന്മാർക്കുമുള്ള സന്ദേശങ്ങൾ കൈമാറുന്നതിനു വേണ്ടിയായിരുന്നു പ്രയോജനപ്പെടുത്തിയിരുന്നത്. ബ്രിട്ടനിലെ ചാൾസ് ഒന്നാമനാണ് ആദ്യമായി പൊതുജനങ്ങൾക്കായുള്ള പോസ്റ്റാഫീസ് ആരംഭിച്ചത്. ബ്രിട്ടൺകാരനായ റൗലന്റ് ഫിൽ നിർദ്ദേശിച്ച പല പരിഷ്കാരങ്ങളും തപാൽ രീതിയുടെ മുഖം തന്നെ മാറ്റുകയുണ്ടായി. തപാൽ മുദ്രകളുടെ പിതാവ് എന്നാണ് ഇദ്ദേഹം അറിയപ്പെടുന്നത്. വിക്ടോറിയാ രാജ്ഞിയുടെ പടം ആലേഖനം ചെയ്ത പെനിബ്ലാക്ക് ആണ് ലോകത്തിലെ ആദ്യത്തെ തപാൽ മുദ്ര. 1840 ലായിരുന്നു ഇത്.

മുദ്രകൾ വ്യാപകമാകുന്നു

റൗലന്റ് ഹിൽ മുന്നോട്ടുവെച്ചതനുസരിച്ച് എല്ലാ കത്തിടപാടുകൾക്കും ചെറിയൊരു തുക ഈടാക്കാൻ തുടങ്ങി. ഈ രീതി അങ്ങനെ മറ്റു പല രാജ്യങ്ങളും സ്വീകരിച്ചു. 1918 ലായിരുന്നു എയർ മെയിൽ സിസ്റ്റം ആരംഭിച്ചത്. അങ്ങനെ ആധുനിക സങ്കേതങ്ങൾ തപാൽ മേഖലയിൽ വന്നു തുടങ്ങി. പോസ്റ്റൽ കോഡുകൾ (പിൻ നമ്പർ), സ്റ്റാമ്പുകൾ തുടങ്ങിയവ വളരെ ജനകീയമായി. പെനിബ്ലാക്കിന്റെ വിജയത്തിനുശേഷം ബ്രസീലും തപാൽ മുദ്രകൾ ഇറക്കി. ഏറെ താമസിയാതെ ജർമ്മനി അമേരിക്കയും ബെൽജിയവും സ്വന്തമായി സ്റ്റാമ്പുകളടിച്ചു. 1875 ൽ സ്ഥാപിതമായ യൂണിവേഴ്സൽ പോസ്റ്റൽ യൂണിയൻ അന്താരാഷ്ട്ര തപാൽ സമ്പ്രദായത്തിലെ പ്രധാന കണ്ണിയാണ്.

തപാൽ രീതി ഇന്ത്യയിൽ

ഇംഗ്ലീഷ് ഈസ്റ്റിന്ത്യാകമ്പനിയാണ് ഇന്നുള്ള നമ്മുടെ പോസ്റ്റൽ സർവ്വീസ് ഇന്ത്യയിൽ ആരംഭിച്ചത്. 1852 ൽ കറാച്ചിയിലാണ് പ്രഥമ പോസ്റ്റൽ സ്റ്റാമ്പ് പുറത്തിറങ്ങിയത്. സിന്ധ് പ്രവിശ്യയിൽ മാത്രമേ ഇതിന് മൂല്യമുണ്ടായിരുന്നുള്ളൂ. 1854 ൽ പോസ്റ്റൽ സർവ്വീസിനെ ഒരു പ്രത്യേക ഡയറക്ടർ ജനറലിന്റെ കീഴിലാക്കുകയും ഇന്ത്യയിലെ മുഴുവൻ ഉപയോഗത്തിനായി തപാൽ മുദ്രകൾ പുറത്തിറക്കുകയും ചെയ്തു. ഏഷ്യയിൽത്തന്നെ ആദ്യമായി തപാൽ സ്റ്റാമ്പ് ഇറക്കിയ രാജ്യമായി അങ്ങനെ ഇന്ത്യ മാറി. ഏഷ്യയിൽ പ്രഥമ എയർമെയിലും നമ്മൾ തന്നെയാണ് ആരംഭിച്ചത്.

ഒന്നരലക്ഷം തപാലാപ്പീസുകളുള്ള ഏകരാജ്യം

1898 ലെ നിയമമനുസരിച്ച് പോസ്റ്റ് ആന്റ് ടെലഗ്രാഫ് ഒന്നായിമാറി. പോസ്റ്റൽ സിസ്റ്റത്തിലെ ഏറ്റവും സുതാര്യമായ രേഖയായ പിൻകോഡു സമ്പ്രദായം 1972 ആഗസ്ത് 15 ന് നിലവിൽ വന്നു. 1986 ആഗസ്ത് 1 മുതൽ സ്പീഡ് പോസ്റ്റ്, 1993 ഏപ്രിൽ 29 ന് മുംബൈ ജനറൽ പോസ്റ്റാഫീസിൽ ആട്ടോമാറ്റിക് മെയിൽ പ്രോസസിങ് കേന്ദ്രം, 1994 ൽ ഇ–മെയിൽ സമ്പ്രദായം തുടങ്ങിയവ ആരംഭം കുറിച്ചു. ഇന്ന് ലോകത്തിൽവെച്ചുതന്നെ ഏറ്റവും വലിയ പോസ്റ്റൽ നെറ്റ്വർക്ക് ഇന്ത്യയുടേതാണ്. ഒന്നരലക്ഷത്തിലേറെ തപാലാപ്പീസുകൾ ഇന്ന് ഇന്ത്യയിലുണ്ട്. ഇങ്ങനെ കേമത്വമുള്ള തപാലിനെയും അതിലേറെ വിശേഷപ്പെട്ട തപാൽ മുദ്രകളെയും കുറിച്ച് അറിയുന്നത് പഠനാർഹവും കൗതുകകരവുമാണ്. ഫിലാറ്റലിസ്റ്റുകൾക്ക് സ്റ്റാമ്പുകൾ എന്നാൽ ജീവവായുപോലെയാണ്. സവിശേഷമായ മുദ്രകൾ എന്തു വില നല്കിയും അവർ സ്വന്തമാക്കുകയും ചെയ്യും. തന്റെ ഹോബി സ്റ്റാമ്പു ശേഖരണമാണ് എന്ന് അഭിമാനത്തോടെ പറയുന്നവർ ചരിത്രമുറങ്ങുന്ന ആ കുഞ്ഞുമുഖങ്ങളുടെ കാവല്ക്കാർ കൂടിയാണ്.

തപാൽ മുദ്ര എന്നാൽ എന്താണ്?

ഇതെന്താ ഇങ്ങനെയൊരു തലക്കെട്ട് എന്ന് ചങ്ങാതിമാർക്ക് സംശയം തോന്നുന്നുണ്ടോ? തപാൽ മുദ്രകൾ എന്നാൽ സ്റ്റാമ്പ് ആണ് സൂചന എന്നു നമുക്കറിയാം. ശരിക്കും പറഞ്ഞാൽ നമുക്കു കിട്ടുന്ന കത്തുകളിലും മറ്റും തപാൽ വകുപ്പ് കറുത്ത ഒരിനം മഷി ഒരു പ്രത്യേക മുദ്രയിൽ പുരട്ടി മുദ്ര പതിപ്പിച്ചിരിക്കുന്നതു കാണാം. റബ്ബർ സീൽ പ്രയോഗം! ഇതാണത്രെ യഥാർത്ഥ തപാൽമുദ്ര!

കത്തുകൾ ഏതു തപാലാപ്പീസിൽ നിന്നയയ്ക്കുന്നുവോ ആ പോസ്റ്റാഫീസിന്റെ പേരും അത് അവിടെ നിന്നയച്ച തീയതിയും ഈ മുദ്ര നോക്കിയാൽ നമുക്ക് കണ്ടുപിടിക്കാം. നാം അയയ്ക്കുന്ന കവർ വീണ്ടും ഒരാൾ ഉപയോഗിക്കാതിരിക്കാനും പൊൻമുദ്ര പതിക്കുന്നതുകൊണ്ടു സാധിക്കും. അതുകൊണ്ട് നമുക്കു കിട്ടുന്ന കവറുകളിലും കാർഡുകളിലും മറ്റുമെല്ലാം തപാൽ മുദ്ര ഉണ്ടാക്കാമെന്നുറപ്പാണ്.

പണ്ടുകാലത്തൊന്നും തപാൽ മുദ്രയിൽ ഇന്നുള്ളതുപോലെ തീയതിയോ തപാലാപ്പീസിന്റെ പേരോ ഉണ്ടായിരുന്നില്ല. അന്ന് വർണ്ണപ്പെൻസിലുകളോ, കറുത്ത മഷിയോ ഉപയോഗിച്ച് സ്റ്റാമ്പുകളിൽ വരയ്ക്കുകയായിരുന്നു പതിവ്. സ്റ്റാമ്പിന്റെ ഒരു ഭാഗം കത്രികയോ മറ്റോ ഉപയോഗിച്ച് മുറിച്ചു കളയുന്ന പതിവും ഉണ്ടായിരുന്നു. ഇക്കാലത്തുതന്നെ ചില തപാലാപ്പീസ് ജോലിക്കാർ സ്വന്തം തള്ളവിരൽ മഷിയിൽ മുക്കി സ്റ്റാമ്പിൽ പതിക്കാനും തുടങ്ങിയിരുന്നു. ലോകത്തിലെ പ്രഥമ തപാൽമുദ്ര ഒരു പക്ഷേ, ഇതാകാം.

ഇന്ന് പ്രധാന പോസ്റ്റാപ്പീസുകളിലെല്ലാം തപാൽ മുദ്ര പതിപ്പിക്കുന്നത് യന്ത്രങ്ങളുടെ ജോലിയാണ്. ആയിരക്കണക്കിനുവരുന്ന തപാലുരുപ്പടികളിൽ മുദ്ര പതിപ്പിക്കാൻ മിടുക്കരായ യന്ത്രങ്ങൾക്കു നിഷ്പ്രയാസം കഴിയും.

മുദ്രകളിലെ കൗതുകങ്ങൾ

ലോകത്തുള്ള ഏതൊരു മേഖലയെടുത്തു നോക്കിയാലും അവിടെയെല്ലാം കൗതുകവാർത്തകൾ കാണുമെന്നുറപ്പാണ്. ഇവിടെ തപാൽ സ്റ്റാമ്പിലെ വിശേഷങ്ങൾ കേൾക്കൂ...

- അച്ചടിപ്പിശകുമൂലം ശ്രദ്ധേയമായൊരു സ്റ്റാമ്പായിരുന്നു യു എൻ പോസ്റ്റേജിലെ തലകീഴായി അടിച്ച വിമാനത്തിന്റെ ചിത്രമുള്ളത്. 1918 ലായിരുന്നു ഇതിറങ്ങിയത്. ഫിലാറ്റലിസ്റ്റുകൾ വളരെ കൗതുകത്തോടെയായിരുന്നു ഇതു ശേഖരിച്ചത്. ഒരു വ്യക്തിയുടെ മുഖം തല കീഴായി അടിച്ച മുദ്രയും ലോകത്തുണ്ടായിട്ടുണ്ട്.
- 1847 ൽ അമേരിക്കയിൽ പുറത്തിറങ്ങിയ ആദ്യകാല സ്റ്റാമ്പുകളിൽ ഇടം പിടിച്ച രണ്ടുപേരായിരുന്നു പ്രസിദ്ധരായ ജോർജ്ജ് വാഷിങ്ടണ്ണിന്റെയും അമേരിക്കയുടെ പ്രഥമ പോസ്റ്റുമാസ്റ്റർ ജനറൽ ബെഞ്ചമിൻ ഫ്രാങ്ക്ളിന്റെയും.

- കായികരംഗത്തെ അവിസ്മരണീയ മുഹൂർത്തങ്ങൾ, വ്യക്തികൾ എന്നിവ സ്റ്റാമ്പുകളിൽ സ്ഥാനം പിടിച്ചിട്ടുണ്ട്. നടക്കാൻ പോകുന്ന കായികമേളകളുടെ സ്ഥലവും സമയവും മുൻകൂട്ടി അറിയിക്കുന്ന വയും നിലവിലുണ്ട്. 1995 ഡിസംബർ 12 ന് ഫ്രാൻസിലിറങ്ങിയ ഈ സ്റ്റാമ്പ് ഒളിമ്പിക്സിനെ പ്രതിനിധാനം ചെയ്യുന്നു.
- പഴയകാലത്ത് സ്റ്റാമ്പുകൾ കൂടുതലായി പുറത്തിറങ്ങിയിരുന്നില്ല. വല്ല പ്പോഴുമേ ഇറങ്ങിയിരുന്നുള്ളൂ. 1840 മുതൽ 1860 വരെ കാലഘട്ടങ്ങ ളിൽ ലോകത്താകെ ആയിരത്തോളം സ്റ്റാമ്പുകളേ ഉണ്ടായിരുന്നു ള്ളൂവത്രേ...
- മറ്റു രാജ്യങ്ങളിലെ സ്റ്റാമ്പിനെയപേക്ഷിച്ച് ബ്രിട്ടനിലെ മുദ്ര കൾക്കൊരു പ്രത്യേകതയുണ്ട്. ഓരോ രാജ്യവും രാജ്യത്തിന്റെ പേരു മുദ്രണം ചെയ്യുമ്പോൾ, ബ്രിട്ടൺ ഇന്നും രാജ്യത്തിന്റെ പേരടിക്കാ തെയാണ് സ്റ്റാമ്പുകൾ അടിച്ചിറക്കുന്നത് (ഇതിനു കാരണം വഴിയേ പറയുന്നുണ്ട്)

2

കേരളത്തിലെ അഞ്ചൽ

ലോകത്തു തന്നെ ഏറ്റവും കാര്യക്ഷമമായി പ്രവർത്തിക്കുന്നത് ഇന്ത്യൻ പോസ്റ്റൽ സർവ്വീസ് ആണ് എന്നറിയാമോ? അല്പം ഇടിച്ചിൽ ഇന്ന് ഈ രംഗത്തുണ്ട്. എങ്കിലും ഓരോ വർഷവും തപാൽ ദിനങ്ങൾ (October 9, 10) നമ്മൾ കേമമായിത്തന്നെ കൊണ്ടാടാറുണ്ട്. ഇത്തവണ നമ്മുടെ കൊച്ചുകേരളത്തിൽ പണ്ടുകാലത്തുണ്ടായിരുന്ന അഞ്ചലോട്ടക്കാരനെക്കുറിച്ചാണ്. അറ്റം കൂർത്ത കുന്തവും അറയിൽ ബെൽറ്റുമണിഞ്ഞ് മണിയും കുലുക്കി പത്തു മൈൽ വീതമുള്ള തപാലാപ്പീസുകളിലേക്കും തിരിച്ചും. ഓടിയിരുന്ന അന്നത്തെ ബെൽമാൻമാർ, ഓർക്കുമ്പോൾ കൗതുകമുണ്ടാകുന്നില്ലേ?

പഴയ കാലത്തെ ജോഗിങ്

ഒരു നാഴിക സമയംകൊണ്ട് രണ്ടു നാഴിക ഓടുന്നയാളായിരുന്നു അഞ്ചൽക്കാരൻ. മേൽവിലാസക്കാർക്കുള്ള എഴുത്തുകളും മറ്റ് ഉരുപ്പടികളും 'പൈ' എന്നറിയപ്പെടുന്ന പ്രത്യേക സഞ്ചികളിലാക്കി തലയിൽവെച്ചുകൊണ്ടാണ് ഓടുന്നത്. ഇന്ന് ആളുകൾ 'ജോഗിങ്' ചെയ്യുന്നതുപോലെ! അറ്റത്ത് മണികെട്ടിയ കുന്തവും പിടിച്ചിട്ടുണ്ടാകും. ഇത് എന്തിനാണെന്നല്ലേ, പണ്ടുകാലത്ത് ഇന്നത്തെപ്പോലെ നിരത്തുകളിലൂടെ ആൾ സഞ്ചാരവും വാഹനങ്ങളുമൊന്നും കൂടുതൽ ഉണ്ടായിരുന്നില്ലല്ലോ. അപ്പോൾ പിടിച്ചുപറിക്കാരും ദുഷ്ടമൃഗങ്ങളും ഉണ്ടാകും. അവയിൽനിന്നും രക്ഷനേടാൻ കുന്തം ഉപയോഗിക്കും. താൻ വഹിക്കുന്ന പദവിയുടെ ചിഹ്നമായ ശംഖുമുദ്രയുള്ള അരപ്പട്ടയും ധരിച്ചിട്ടുണ്ടാകും. അഞ്ചലോട്ടക്കാരൻ വരുന്നുണ്ടെന്നറിഞ്ഞാൽ വഴിയാത്രക്കാർ വഴിമാറിക്കോളണമെന്നാണ് നിയമം. സാമീപ്യം അറിയിക്കാൻ കുന്തത്തിന്റെ അറ്റത്ത് വൃത്താകൃതിയിലുള്ള

കുലുങ്ങുന്ന ഒരു വളയമുണ്ടാകും. ഇതാണ് നേരത്തെ സൂചിപ്പിച്ച മണി കിലുക്കും സൂത്രം. ഒരു മണിക്കൂറിൽ രണ്ടു മൈൽ ഓടുന്നതിനിടയിൽ ഒരു മണിക്കൂർ താമസിച്ചാൽ ഒരു ചക്രം പിഴയും ഈടാക്കിയിരുന്നു. എക്സ്പ്രസ് മെയിലാണെങ്കിൽ 2.

സർക്കാർ ജോലിയാണേ..

ഇങ്ങനെയൊക്കെയാണെങ്കിലും ഓരോ അഞ്ചൽക്കാരനും അന്നു കിട്ടിയിരുന്ന ദിവസക്കൂലി തുലോം കുറവായിരുന്നു. മാസശമ്പളക്കാരും സ്ഥിരശമ്പളക്കാരും ദിവസക്കൂലിക്കാരും അന്നുണ്ടായിരുന്നു. കൂലി കുറഞ്ഞാലും 'സർക്കാർ ജോലി' എന്ന ബഹുമതിതന്നെ അന്ന് മികച്ചതായിരുന്നു. ഈ വിധത്തിൽ കാലത്തു കൊണ്ടുപോകുന്ന 'പൈസഞ്ചി' ഓഫീസിൽ ഏല്പിക്കുകയും വൈകുന്നേരം ആ ഓഫീസിൽ നിന്നു കിട്ടുന്ന 'പൈസഞ്ചി'യുമായി പുറപ്പെട്ട ഓഫീസിലും ഓടിയെത്തണം അഞ്ചലോട്ടക്കാർ! ഈ ഓട്ടങ്ങൾക്കിടയിലാണ് മേൽവിലാസക്കാരനുള്ള തപാലുരുപ്പടികൾ വിതരണം ചെയ്യേണ്ടതും. ഇത്തരക്കാരെ ചെലവു സാധനക്കാർ എന്നും വിളിച്ചിരുന്നു.

അഞ്ചൽ വള്ളങ്ങൾ

തപാലുരുപ്പടികൾ കൊണ്ടുപോകുന്ന വള്ളങ്ങളെയാണ് ഇങ്ങനെ പറഞ്ഞിരുന്നത്. തിരുവനന്തപുരം കോട്ടയം ലൈനിൽ ഈ വള്ളം സർവ്വീസ് നടത്തിയിരുന്നു. അന്ന് ഈ പട്ടണങ്ങളെ ബന്ധിപ്പിക്കുന്നതിന് കരമാർഗ്ഗമുള്ള ബുദ്ധിമുട്ടായിരുന്നു കാരണം. ഈ വള്ളങ്ങളിൽത്തന്നെ യാത്രക്കാരെയും ചരക്കുകളെയും കയറ്റി കൂലി വാങ്ങിയിരുന്നു. യാത്രക്കാർക്ക് ടിക്കറ്റു (രസീതി)ണ്ടാകും. വല്ല സൂത്രപ്പണിയുമൊപ്പിച്ചാൽ അവിടെവെച്ചുതന്നെ ഇറക്കിവിടുമായിരുന്നുവത്രെ. യാത്രക്കാർക്ക് തങ്ങളുടെ ചെറിയ വളർത്തു മൃഗങ്ങ(നായ, പൂച്ച)ളെയും കയറ്റാം. അവയ്ക്കു സൗജന്യമായിരുന്നു യാത്ര. രോഗികൾ, ഭ്രാന്തന്മാർ, മദ്യപാനികൾ തുടങ്ങിയവരെ ഏഴയലത്തുപോലും അടുപ്പിച്ചിരുന്നില്ലത്രെ.

വരുന്നൂ തീവണ്ടി ഗതാഗതം

അഞ്ചൽ വള്ളങ്ങൾ കോട്ടയത്തുനിന്ന് പുറപ്പെട്ടാൽ തിരുവനന്തപുര(കൽപാലക്കടവ്)ത്തെത്താൻ മൂന്നു ദിവസം എടുത്തിരുന്നു. ആലപ്പുഴ, കായംകുളം, വർക്കല വഴിയായിരുന്നു അഞ്ചൽ വള്ളം സഞ്ചരിക്കുക. വൈകാതെ തിരുവിതാംകൂറിൽ റെയിൽ ഗതാഗതം വന്നതോടെ അഞ്ചൽ വള്ളങ്ങളുടെ പ്രസക്തി കുറഞ്ഞുവന്നു. തിരുവനന്തപുരം, കൊല്ലം, ചെങ്കോട്ട റെയിൽവേ സഫലമായി. (ചെങ്കോട്ട അന്ന് തിരുവിതാംകൂറിൽ ഉൾപ്പെട്ടതായിരുന്നു) ഇരു നഗരങ്ങളിലേക്കും തപാലുരുപ്പടികൾ കയറുന്നതിന് ഈ തീവണ്ടിയിൽ ഒരു പ്രത്യേക കോച്ച് തന്നെ ഉണ്ടായിരുന്നു.

ലേലം വിളിയും!

ബസ് സർവ്വീസുകൾ വ്യാപകമായതോടെ അഞ്ചലുരുപ്പടികൾ ബസ് ഏറ്റെടുത്തു. അന്നത്തെ അഞ്ചലുരുപ്പടികൾ പിന്നീട് മെയിൽ എന്ന പേരിൽ അറിയപ്പെട്ടു. (Mail എന്ന ബോർഡുവെച്ച ബസുകൾ ഈയടുത്ത കാലംവരെ നമ്മുടെ നാട്ടിലുണ്ടായിരുന്നു) അന്നത്തെ അഞ്ചലുരുപ്പടികൾ കൊണ്ടുപോകുന്നതിനുള്ള അവകാശത്തിനായി ബസുകൾ തമ്മിൽ വഴക്കും മത്സരവുമായപ്പോൾ സർക്കാർ മറ്റൊരു ലാഭകരമായ ഏർപ്പാടുണ്ടാക്കി ലേലം വിളിക്കുക. കൂടുതൽ പണത്തിനുലേലം ഉറപ്പിക്കുന്ന ബസുടമയ്ക്ക് തപാലുരുപ്പടികൾ കൊണ്ടുപോയി എത്തിക്കേണ്ടിടത്തെത്തിക്കാം!

സ്പീഡ് പോസ്റ്റിനേക്കാൾ സ്പീഡിൽ 'അടിയന്തരം'

അന്നത്തെ നാണയ സമ്പ്രദായം ചക്രവും കാശുമൊക്കെയായിരുന്നുവല്ലോ. 16 കാശാണ് 1 ചക്രം എന്ന ചെമ്പ്. 4 ചക്രമാണ് 1 പണം എന്ന വെള്ളി, 7 പണമാണ് 1 രൂപാ എന്ന 28 ചക്രം.

സാധാരണ കത്തുകൾക്ക് 1 ചക്രമായിരുന്നു. 1 പണം കൂലിക്ക് (4 ചക്രം) പത്തു മൈലിനുള്ളിൽ എക്സ്പ്രസ് ഉരുപ്പടികൾ എത്തിച്ചുകൊടുക്കും. റജിസ്റ്റർ ചെയ്തു അയക്കുന്നതിന് 7 ചക്രമായിരുന്നു കൂലി. ഇന്നത്തെ സ്പീഡ് പോസ്റ്റിനേക്കാൾ വേഗത്തിൽ ഉരുപ്പടി എത്തിച്ചിരുന്ന അന്നത്തെ സംവിധാനമായിരുന്നു 'അടിയന്തരം കെട്ടുക' എന്നത് സ്റ്റാമ്പിനൊപ്പം 14 ചക്രം കൂടുതൽ ഇതിനുവേണമായിരുന്നു.

3

രാജ്യങ്ങൾ സ്റ്റാമ്പുകൾ

ലോകത്ത് ആദ്യമായി തപാൽ സ്റ്റാമ്പ് പുറത്തിറക്കിയ രാജ്യം ബ്രിട്ടൺ ആയിരുന്നു. സർ റോളണ്ട് ഹിൽ ആയിരുന്നു പെനി ബ്ലാക് എന്ന പ്രഥമ ചതുരാകൃതി മുദ്രയുടെ ഉപജ്ഞാതാവ്. 1840 മെയ് മാസം ആറ് മുതൽ ഇത് പോസ്റ്റോഫീസുകൾ വഴി വിതരണം ചെയ്യാനും തുടങ്ങി. വിക്ടോറിയാ രാജ്ഞിയുടെ ചിത്രമുള്ള സ്റ്റാമ്പിൽ രാജ്യത്തിന്റെ പേര് രേഖപ്പെടുത്തിയിരുന്നില്ല. രാജ്യം തിരിച്ചറിയാൻ അന്ന് മറ്റൊരു രാജ്യവും സ്റ്റാമ്പ് ഇറക്കിയിരുന്നില്ലല്ലോ. ഏറെ വൈകാതെ മറ്റു രാജ്യങ്ങളും ഇതേ പാത (തപാൽ സ്റ്റാമ്പ് പുറത്തിറക്കാൻ) സ്വീകരിച്ചു തുടങ്ങി. ഇന്നും സർ റോളണ്ട് ഹിൽ തന്നെ സ്റ്റാമ്പുകളുടെ പിതാവായി അംഗീകരിക്കപ്പെടുന്നു. ലണ്ടനിലെ പ്രധാന തപാലാഫീസിൽ പുഷ്പങ്ങൾകൊണ്ട് അലങ്കരിച്ച പീഠത്തിൽ അദ്ദേഹത്തിന്റെ പ്രതിമ കാണുമ്പോൾ ലോകം വിസ്മയത്തോടെ സ്റ്റാമ്പുകളുടെ പിറവി ഓർത്തുപോകുന്നു. ബ്രിട്ടനുശേഷം സ്റ്റാമ്പിറക്കിയ രാജ്യങ്ങളും വർഷവും ഇങ്ങനെ മനസ്സിലാക്കാം. 1900 വരെയുള്ള കാലഘട്ടം സ്റ്റാമ്പിറക്കിയ രാജ്യങ്ങൾ

1843 മുതൽ 1900 വരെ

ബ്രസീൽ	1843
യു എസ്	1847
മൗറീഷ്യസ്	1847
ബർമുഡ	1848
ഫ്രാൻസ് ബെൽജിയം ബവേറിയ	1849

രാജ്യം	വർഷം
ആസ്ട്രിയ സ്പെയിൻ ബ്രിട്ടീഷ് ഗയാന സ്വിറ്റ്സർലന്റ്	1850
കാനഡ ഡെൻമാർക്ക്	1851
നെതർലാന്റ് ഇന്ത്യ പെറു നേറ്റാൾ ബാർബഡോസ്	1852
സിലോൺ ന്യൂഫൗണ്ട്ലാന്റ്	1857
അർജന്റിന റഷ്യ നേപ്പാൾ	1858
കൊളംബിയ വെനിസ്വേല	1859
പോളണ്ട് സെന്റ് ലൂസിയ ലൈബീരിയ മാൾട്ട ജമൈക്ക	1860
ഗ്രീസ് ഗ്രെനഡ സെന്റ് വിൻസന്റ് ദ്വീപ്	1861
ഹോങ്കോങ് ഇറ്റലി നിക്കരാഗ്വ	1862
തുർക്കി കോസ്റ്റോറിക്ക ബൊളീവിയ	1863
ഡച്ച് ഇൻഡീസ്	1864
ഇക്വഡോർ ദമേനിയ ഡൊമിനിക്കൻ റിപ്പബ്ലിക്	1865
സെർബിയ ഈജിപ്ത്	1866

സാൽവഡോർ	1867
അന്റിക്വ	1868
സാംബിയ	1869
അഫ്ഗാനിസ്ഥാൻ ഫിജി സെന്റ് തോമസ് ദ്വീപ്	1870
ജപ്പാൻ ഹംഗറി	1871
ജർമ്മനി	1872
സുറിനാം ക്യൂബ	1873
ലാഫേസ് ഡൊമിനിക്ക	1874
ഗോർഡ് ക്ലോസ്റ്റ്	1875
മൊസംബിക്	1876
സാൾമാരിനോ അൻഹർ	1877
പനാമ ചൈന	1878
ബൾഗേറിയ ബോസ്നിയ	1819
സൈപ്രസ്	1880
നേപ്പാൾ പോർച്ചുഗീസ് ഗയാന	1881
ബാങ്കോക്ക്	1882
സയാം	1883
മഡഗാസ്കർ കൊറിയ	1884
മൊണാക്കോ	1885
ടോംഗ തെക്കേ അമേരിക്ക ജിബ്രാൾട്ടർ	1886
സിനിഗർ	1887
ടുണീഷ്യ	1888
ഇന്തോ ചൈന സ്വാസിലന്റ്	1889

ആഫ്രിക്ക	1890
ന്യൂസിലാന്റ് മൊറോക്കോ	1891
ഫ്രഞ്ചു ഗിറി ഐവറി കോസ്റ്റ്	1892
ടാങ്കനിക്ക എരിത്രിയ	1893
അബ്സീനിയ	1894
ഉഗാണ്ട	1895
ഫോൺസ	1896
കാമൂൺ	1897
ന്യൂഗിനി മൊറോക്ക	1898
ക്യൂബ	1899
ചൈന നൈജീരിയ ഉ. കൊറിയ	1900

സമാധാനം 11 ഭാഷകളിൽ

ഒരു സ്റ്റാമ്പിൽ എത്ര ഭാഷകൾ ഉണ്ടാകും. ഒന്നോ രണ്ടോ അല്ലേ? ഇന്ത്യൻ സ്റ്റാമ്പുകളിൽ രാഷ്ട്രഭാഷയായ ഹിന്ദിയും ലോകഭാഷയായ ഇംഗ്ലീഷുമാണ് ഉപയോഗിച്ചുവരുന്നത്. ലോകത്തെ മിക്ക രാജ്യങ്ങളും ഇംഗ്ലീഷും രാഷ്ട്രഭാഷയും സ്റ്റാമ്പിൽ ചേർക്കാറുണ്ട്. 1962 പഴയ റഷ്യ പുറത്തിറക്കിയ ഒരു കമമ്മറേറ്റീവ് സ്റ്റാമ്പിൽ 11 ഭാഷകൾ ഉണ്ടായിരുന്നു. അണുശക്തി ലോകനന്മയ്ക്കും ശാന്തിക്കും എന്ന സന്ദേശം ഫ്രഞ്ച്, ചൈനീസ്, ഇംഗ്ലീഷ്, ജർമ്മൻ, ഇറ്റാലിയൻ, ചെക്ക്, സ്ളോവാക്, ഹിന്ദി തുടങ്ങിയ 11 ഭാഷകളിൽ എഴുതിയിരുന്നു. ഇത്തരമൊരു സ്റ്റാമ്പ് ലോകത്തിൽത്തന്നെ ആദ്യമത്രെ.

4

തപാൽസ്റ്റാമ്പുകളിലെ കേരളപ്പെരുമ

നമ്മുടെ കൊച്ചുകേരളവും കേരളീയരും തപാൽ സ്റ്റാമ്പുകളിലൂടെ ആദരിക്കപ്പെട്ടിട്ടുണ്ട്. ഒപ്പം മലയാള ലിപിയും കോറിയിടപ്പെട്ടു. ഇന്ത്യൻ സ്റ്റാമ്പുകളിൽ പ്രത്യക്ഷപ്പെട്ട പ്രഥമ മലയാളി എന്ന ബഹുമതി എന്നും ശ്രീനാരായണഗുരുവിന് അവകാശപ്പെട്ടതാണ്. 1967 ആഗസ്ത് 21 ന് പുറത്തിറക്കിയ 15 പൈസയുടെ സ്റ്റാമ്പിലൂടെയായിരുന്നു ഗുരു ഈ അസുലഭ ബഹുമതിക്ക് അർഹത നേടിയത്. ആദ്യമായി തപാൽ മുദ്രയിൽ ഇടം നേടിയ കേരളീയ സ്ഥാപനം കൊച്ചിയിലെ സിനഗോഗ് ആണ്. 1968 ലായിരുന്നു ഇത്. അൽഫോൺസാമ്മയും കൃഷ്ണമേനോനും രണ്ടു തവണ സ്റ്റാമ്പിൽ ഇടം നേടുകയുണ്ടായി.

തപാൽ സ്റ്റാമ്പിൽ ഇടം നേടിയ പ്രശസ്തരും സ്റ്റാമ്പ് ഇറങ്ങിയ കാലവും തീയതിയും സ്റ്റാമ്പിന്റെ മൂല്യവും ഇനി മനസ്സിലാക്കാം.

1.	ശ്രീനാരായണ ഗുരു	21-8-1967	15 പൈസ
2.	രാജാരവിവർമ്മ	29-4-1971	20 "
3.	കുമാരനാശാൻ	12-4-1973	20 "
4.	വി കെ കൃഷ്ണമേനോൻ	24-10-1975	25 "
5.	മഹാകവി വള്ളത്തോൾ	15-10-1978	25 "
6.	ഉള്ളൂർ	06-06-1980	30 "
7.	ചാവറ കുര്യാക്കോസച്ചൻ	20-12-1987	30 "
8.	സ്വാതിതിരുനാൾ	02-05-1988	60 "
9.	മന്നത്ത് പത്മനാഭൻ	02-01-1989	60 "
10.	ശങ്കരാചാര്യർ	07-05-1989	60 "
11.	കെ കേളപ്പൻ	24-08-1990	1 രൂപ
12.	കാർട്ടൂണിസ്റ്റ് ശങ്കർ	21-07-1991	4 രൂപ 7.50

13.	എ കെ ഗോപാലൻ	01-10-1990	1 രൂപ
14.	ചിത്തിര തിരുനാൾ ബാലരാമവർമ്മ	07-11-1991	2 രൂപ
15.	അൽഫോൺസാമ്മ	19-07-1996	1 രൂപ
16.	ചെമ്പൈ വൈദ്യനാഥ ഭാഗവതർ	28-08-1996	1 രൂപ
17.	വി കെ കൃഷ്ണമേനോൻ	06-10-1997	2 രൂപ
18.	മുഹമ്മദ് അബ്ദുറഹ്മാൻ സാഹിബ്	15-05-1998	2 രൂപ
19.	വക്കം അബ്ദുൾ ഖാദർ	25-05-1998	2 രൂപ
20.	കുഞ്ഞാലിമരയ്ക്കാർ	17-12-2000	3 രൂപ
21.	ഇ എം എസ്	25-01-2001	3 രൂപ
22.	ചേറ്റൂർ ശങ്കരൻ നായർ	06-07-2001	4 രൂപ
23.	തങ്ങൾ കുഞ്ഞു മുസലിയാർ	26-10-2001	4 രൂപ
24.	മഹാത്മാ അയ്യൻകാളി	12-05-2002	5 രൂപ
25.	ജി ശങ്കരക്കുറുപ്പ്	09-10-2003	5 രൂപ
26.	എസ് കെ പൊറ്റെക്കാട്	09-10-2003	5 രൂപ
27.	തകഴി	09-10-2003	5 രൂപ
28.	പി എൻ പണിക്കർ	19-06-2004	5 രൂപ
29.	ടി എം നായർ	17-09-2008	5 രൂപ
30.	അൽഫോൺസാമ്മ	16-11-2008	5 രൂപ
31.	സ്വാമി രംഗനാഥാനന്ദ	15-12-2008	5 രൂപ
32.	വൈക്കം മുഹമ്മദ് ബഷീർ	21-01-2009	5 രൂപ
33.	ആർ ശങ്കർ	30-04-2009	5 രൂപ
34.	വേലുത്തമ്പി ദളവ	06-05-2010	5 രൂപ
35.	സി വി രാമൻ പിള്ള	19-05-2010	5 രൂപ
36.	സയ്യിദ് മുഹമ്മദാലി ശിഹാബ് തങ്ങൾ	02-08-2010	5 രൂപ
37.	കെ എം മാത്യു	01-08-2011	5 രൂപ
38.	സി അച്യുതമേനോൻ	2013	5 രൂപ
39.	പ്രേംനസീർ	2013	5 രൂപ.

കേരളത്തെ പശ്ചാത്തലമാക്കി നിരവധി സ്റ്റാമ്പുകൾ തപാൽ വകുപ്പ് പുറത്തിറക്കിയിട്ടുണ്ട്. 1968 ൽ പുറത്തിറക്കിയ കൊച്ചിൻ സിനഗോഗ് മുതലുള്ള മുദ്രകൾ പരിചയപ്പെടാം.

1.	കൊച്ചിൻ സിനഗോഗ്	15-12-1968	20 പൈസ
2.	കഥകളി	20-10-1915	1 രൂപ
3.	നാളികേര ഗവേഷണ ഡയമണ്ട് ജൂബിലി	27-12-1978	25 പൈസ
4.	റബ്ബർ ടാപ്പിങ്	1980	
5.	കൈത്തറി നെയ്ത്ത്	1980	വില ലഭ്യമല്ല
6.	കശുവണ്ടി	1981	
7.	വേഴാമ്പൽ പക്ഷി	1983	
8.	ആന	1986	

9.	മലയാള മനോരമയുടെ 100 വർഷം	23-3-1988 1 രൂപ	
10.	തിരുവിതാംകൂർ അഞ്ചൽ	20-01-1989	5 രൂപ
11.	കാർട്ടൂണിസ്റ്റ് ശങ്കർ കാർട്ടൂണുകൾ	1991	
12.	വേലകളി	30-4-1991	6 50
13.	കോവളം ബീച്ച്	11-08-1997	6 രൂപ
14.	കേരള സ്ത്രീ	15-10-1997	6 രൂപ
15.	കണിക്കൊന്ന	2000	
16.	കഥകളി	2002	
17.	കോട്ടയ്ക്കൽ ആര്യവൈദ്യശാല	12-10-2002	5 രൂപ
18.	അതിരപ്പിള്ളി വെള്ളച്ചാട്ടം 03-10-2003	5 രൂപ	
19.	മദ്രാസ് (ട്രാവൻകൂർ)	2004	
20.	പെരിയാർ നാഷണൽ പാർക്ക്	31-05-2007	5 രൂപ
21.	ഹോളിക്രോസ് ചർച്ച് (മാപ്രാണം)	14-09-2009	5 രൂപ
22.	സുഗന്ധവ്യഞ്ജനങ്ങൾ ഏലം	29-04-2009	5 രൂപ
23.	സുഗന്ധവ്യഞ്ജനങ്ങൾ കുരുമുളക്	29-04-2009	5 രൂപ
24.	സുഗന്ധവ്യഞ്ജനങ്ങൾ ഗ്രാമ്പൂ	29-04-2009	5 രൂപ
25.	സുഗന്ധവ്യഞ്ജനങ്ങൾ കറുകപ്പട്ട	29-04-2009	5 രൂപ
26.	സൈലന്റ് വാലി	15-11-2009	5 രൂപ
27.	ഓണപ്പൂക്കളം	2010	
28.	കൊച്ചിൻ നാട്ടുരാജ്യം	06-10-2010	5 രൂപ
29.	അലന്റായിലെ ലൈറ്റ് ഹൗസ്	2012	
30.	കേരള അക്കാദമി	2013	

സ്റ്റാമ്പുകളിൽ മലയാള ലിപിയും!

ഇന്ത്യൻ തപാൽ സ്റ്റാമ്പുകളിൽ ഏതിലെങ്കിലും നമ്മുടെ മലയാള ലിപി ചങ്ങാതിമാർ കണ്ടിട്ടുണ്ടോ? ഇല്ല എന്നാണ് ഉത്തരമെങ്കിൽ ശരി. അതല്ല. ഉണ്ടാകാൻ സാദ്ധ്യതയില്ല എന്നാണ് മറുപടിയെങ്കിൽ തിരുത്തിയേ മതിയാകൂ. എന്താണെന്നല്ലേ? തപാൽ സ്റ്റാമ്പുകളിലെ മലയാള ലിപിയെക്കുറിച്ച് കേൾക്കൂ.

- തിരുവിതാംകൂർ-കൊച്ചി അഞ്ചൽ വകുപ്പ് പുറത്തിറക്കിയ തപാൽ സ്റ്റാമ്പുകളിൽ വിവരങ്ങൾ ഇംഗ്ലീഷിനൊപ്പം മലയാളത്തിലും രേഖപ്പെടുത്തിയിട്ടുണ്ട്.
- 2008 ൽ അൽഫോൺസാമ്മയുടെ ചിത്രമുള്ള സ്റ്റാമ്പിനൊപ്പം തപാൽ കവറും ഇറങ്ങിയിരുന്നു. അതിൽ അൽഫോൺസാ മലയാളത്തിലെഴുതിയ ഡയറിക്കുറിപ്പുകളിലെ ഏതാനും പേരുകളാണ് കുറിച്ചിട്ടുള്ളത്.
- 1989, 2010 വർഷങ്ങളിൽ പുറത്തിറക്കിയ കൊച്ചി, തിരുവിതാംകൂർ സ്റ്റാമ്പുകൾ വീണ്ടും അച്ചടിച്ചപ്പോഴും അതിൽ മലയാള ലിപിയു

ണ്ടായിരുന്നു.

- 2010 ൽ പുറത്തിറങ്ങിയ സ്റ്റാമ്പുകളിൽ തെന്നിന്ത്യൻ ഭാഷകളായ തമിഴ്, തെലുങ്ക്, കന്നട ഭാഷകൾക്കൊപ്പം നമ്മുടെ മലയാളവുമുണ്ടായിരുന്നു.
- 2011 ൽ ഇറങ്ങിയ കെ എം മാത്യു സ്റ്റാമ്പിൽ മലയാള മനോരമ എന്നു കുറിച്ചിട്ടുള്ളതു കാണാം.
- 1982 ൽ പുറത്തിറങ്ങിയ മലയാള മനോരമ ശതാബ്ദി സ്റ്റാമ്പിലും മലയാള ലിപി കാണാം.

മറ്റു സ്റ്റാമ്പുകളിലെല്ലാം രാഷ്ട്രഭാഷയായ ഹിന്ദിയും ലോകഭാഷയായ ഇംഗ്ലീഷുമാണ് മാധ്യമം.

5

തപാൽസ്റ്റാമ്പുകളിലെ അബദ്ധങ്ങൾ

ചങ്ങാതിമാരോടൊരു ചോദ്യം

Cannonization എന്ന ഇംഗ്ലീഷ് വാക്കിന്റെ അർത്ഥമെന്താണ്? ചിലർ നേരെ ഡിക്ഷണറിയിലേക്കു ചുഴിഞ്ഞിറങ്ങാനും ചിലർ നെറ്റിചുളിക്കാനും തുടങ്ങി അല്ലേ? ഡിക്ഷണറിയെന്നല്ല ആംഗലേയഭാഷയുടെ തലതൊട്ടപ്പന്മാർ വിചാരിച്ചാലും ഈ വാക്കിന്റെ അർത്ഥം കണ്ടെത്താനാകില്ല. കാരണം ഇങ്ങനെയൊരു വാക്ക് ആംഗലഭാഷയിൽ ഉണ്ടായിട്ടുവേണ്ടേ? എന്നാൽ ഈ വാക്ക് 2008 നവംബർ 6 ന് ഇന്ത്യാ പോസ്റ്റൽ സർവ്വീസ് പുറത്തിറക്കിയ അഞ്ചു രൂപ വിലയുള്ള സെന്റ് അൽഫോൺസാമ്മയുടെ തപാൽ സ്റ്റാമ്പിൽ ഇടം നേടിയിരുന്നു. യഥാർത്ഥത്തിൽ ഉദ്ദേശിച്ചത് Canoinisation എന്ന പദമായിരുന്നു. (പുണ്യവതിയായി പ്രഖ്യാപിക്കൽ എന്നർത്ഥം) അച്ചടിച്ചുവന്നപ്പോൾ അർത്ഥമില്ലാത്ത Cannonization എന്നായി മാറുകയായിരുന്നു. ശുദ്ധമണ്ടത്തരം എന്ന് പറഞ്ഞ് കളിയാക്കാൻ വരട്ടെ, ഈ സ്റ്റാമ്പ് നിങ്ങളുടെ കൈവശമുണ്ടെങ്കിൽ സ്റ്റാമ്പു ഭ്രാന്തന്മാർ മോഹവിലയുമായി നിങ്ങളെ സമീപിക്കുകയും 5 രൂപയ്ക്കുപകരം 5 ലക്ഷമോ അതിലേറെയോ തന്ന് പ്രസ്തുത സ്റ്റാമ്പ് വാങ്ങിയെന്നും വരും! എന്താ, സംശയമാണോ? എങ്കിൽ കേട്ടോളൂ, അശ്രദ്ധകൊണ്ട് അബദ്ധങ്ങൾ പിണഞ്ഞ പല സ്റ്റാമ്പുകളുടെയും ഇന്നത്തെ വില നമ്മൾ കണക്കുകൂട്ടുന്നതിനുമപ്പുറത്താണ്. ഇങ്ങനെ അശ്രദ്ധകൊണ്ട് വിലമതിക്കാനാവാത്ത അമൂല്യ സ്റ്റാമ്പുകളെക്കുറിച്ച് കൗതുകകരമായ വിശേഷങ്ങൾ കേൾക്കൂ..

കൊളംബസും ടെലസ്കോപ്പും

ഒരു വിമാനം പറക്കുന്നത് തല കീഴായിട്ടാണ് ചിത്രീകരിച്ചിട്ടുള്ളതെ

ങ്കിൽ അത് അശ്രദ്ധയോ പിഴവോ ആയിരിക്കുമല്ലോ. ഇങ്ങനെയൊരബദ്ധം പിണഞ്ഞത് മറ്റാർക്കുമല്ല, സാക്ഷാൽ അമേരിക്കയ്ക്കു തന്നെയായിരുന്നു. 1869 ൽ 24 സെന്റ് വിലയുള്ള ഈ സ്റ്റാമ്പ് കാണാൻ ഒട്ടും ഭംഗിയില്ല. എന്നാൽ സ്റ്റാമ്പിലെ അബദ്ധങ്ങൾ ഹൈലൈറ്റായി വിലമതിക്കാനാകാത്ത നിധിയായി മാറി എന്നർത്ഥം.

കപ്പലോട്ടക്കാരനായ കൊളംബസാണ് അമേരിക്ക കണ്ടുപിടിച്ചത് എന്നൊരു വാദമുണ്ടല്ലോ. അന്നു പക്ഷേ, ദൂരദർശിനി പോലുള്ള ആധുനികോപകരണങ്ങളൊന്നും കണ്ടുപിടിച്ചിരുന്നില്ല. എന്നാൽ കൊളംബസ് ദൂരദർശിനിയിലൂടെ നോക്കുന്ന ഒരു പടം ഒരു സ്റ്റാമ്പിനു വിഷയമായാലോ? 1901 ൽ സെന്റ് കിറ്റ്സ് പുറത്തിറക്കിയ സ്റ്റാമ്പിലാണ് ഈ കൗതുകമുള്ളത്.

മൗറീഷ്യസിന്റെ പിഴ

1847 ലാണ് മൗറീഷ്യസ് തപാൽ സ്റ്റാമ്പുകൾ ഇറക്കിത്തുടങ്ങിയത്. (ആദ്യമായി സ്റ്റാമ്പിറക്കിയ മൂന്നാമത്തെ രാജ്യം) മൗറീഷ്യസിനും ഒരു അബദ്ധം പിണഞ്ഞു. പോസ്റ്റ് പെയ്ഡ് എന്ന് അച്ചടിക്കേണ്ടതിനു പകരം ബർനാഡ് പോസ്റ്റ് ഓഫീസ് എന്നച്ചടിച്ച് ചരിത്രത്തിൽ ഹൈലൈറ്റ്സ് സൃഷ്ടിച്ചു മൗറീഷ്യസ്. ഇതിനെപ്പറ്റി കൂടുതൽ കേട്ടോളൂ.

ഇന്ത്യൻ മഹാസമുദ്രത്തിൽപ്പെട്ടതാണല്ലോ മൗറീഷ്യസ് (ഡോഡോ എന്ന വംശനാശം വന്ന പക്ഷിയും കാൽവറിയ മേജർ എന്ന സസ്യവുമുണ്ടായിരുന്ന ദ്വീപ്) അവിടുത്തെ ബ്രിട്ടീഷ് ഗവർണറുടെ പത്നി ഒരു ഗംഭീര വിരുന്നു നടത്താൻ നിശ്ചയിച്ചു. ക്ഷണക്കത്ത് അതിഥികൾക്ക് അയയ്ക്കാൻ സ്റ്റാമ്പില്ല. ഇംഗ്ലണ്ടിൽനിന്ന് സ്റ്റാമ്പ് വരുത്തി കത്തുകൾ പോസ്റ്റ് ചെയ്ത് മേൽവിലാസക്കാരനു കിട്ടുമ്പോഴേക്കും നിശ്ചിതസമയവും കഴിഞ്ഞുപോകും.

അങ്ങനെയാണ് തപാൽ സ്റ്റാമ്പ് ദ്വീപിൽത്തന്നെ തയ്യാറാക്കാൻ തീരുമാനമായത്. ബർണാർഡ് എന്നൊരു ആർട്ടിസ്റ്റ് സ്റ്റാമ്പ് ഡിസൈൻ ചെയ്തു തയ്യാറാക്കി. Post Paid എന്ന് അച്ചടിക്കേണ്ടതിനുപകരം 'Barnard Post Office' എന്ന് അച്ചടിച്ചു. ഈ അബദ്ധം, പക്ഷേ, അക്കാലത്ത് ആരും കണ്ടുപിടിച്ചിരുന്നില്ല. 1864 ൽ 'ബോർഡോ എന്നൊരു വ്യാപാരി, ഫിലാറ്റലിസ്റ്റിയ തന്റെ പത്നിയിൽനിന്നാണ് അബദ്ധം തിരിച്ചറിഞ്ഞത്. ഈ സ്റ്റാമ്പായിരുന്നു 1968 ൽ അമേരിക്കയിലെ ഒരു സ്ഥാപനം 28 ലക്ഷം രൂപയ്ക്ക് ലേലം കൊണ്ടത്. ഇതിന്റെ വിലയും നിലയും വർഷം തോറും വർദ്ധിച്ചുകൊണ്ടിരിക്കും. എന്നർത്ഥം.

ലോകത്തെ ഏറ്റവും വില കൂടിയ സ്റ്റാമ്പിലും അബദ്ധം!

അബദ്ധംകൊണ്ട് ലോകത്തിലെ ഏറ്റവും വിലപിടിപ്പുള്ള ഒരു സ്റ്റാമ്പായി മാറിയ ചരിത്രമാണ് ബ്രിട്ടീഷ് ഗയാനാ സ്റ്റാമ്പിനു പറയാനുള്ളത്. തെക്കേ അമേരിക്കയിലെ 'ഗയാന' ബ്രിട്ടീഷ് കോളനിയായിരുന്ന കാലം. ഒരിക്കൽ സ്റ്റാമ്പ് തീർന്നു പോയി. ഇംഗ്ലണ്ടിൽനിന്ന് വരുത്തുകയെന്നത് പെട്ടെന്ന് സാദ്ധ്യവുമല്ല അങ്ങനെയാണ് ഗയാനയിലെ ഒരു

പ്രസ്സിൽ 4 സെന്റിന്റെ കുറച്ചു സ്റ്റാമ്പുകൾ പെട്ടെന്നു തയ്യാറാക്കി അച്ചടിച്ചത്.

ഇതിന്റെ പ്രത്യേകത ഇതൊന്നുമായിരുന്നില്ല. സർക്കാർ അടിച്ചിരുന്ന അത്രതന്നെ നിലവാരമുള്ള കടലാസായിരുന്നില്ല പുതിയ സ്റ്റാമ്പ് ദുരുപയോഗം തടയുന്നതിന് ബന്ധപ്പെട്ട ഉദ്യോഗസ്ഥൻ ഒപ്പുചാർത്തിയായിരുന്നു വിറ്റിരുന്നത്. അതിലെ ഒരുസ്റ്റാമ്പിൽ 4 സെന്റ് എന്നതിനു പകരം 1 സെന്റ് എന്ന് അച്ചടിച്ചുപോയി.

വർഷങ്ങൾ ഇക്കാര്യം ആരുമറിഞ്ഞില്ല. പതിനെട്ടുവർഷങ്ങൾക്കു ശേഷം വെർണോൻ വോഗൻ എന്ന പതിമൂന്നുകാരന് ഈ സ്റ്റാമ്പു ലഭിച്ചു. ഈ ബുദ്ധിമാനാണ് ഇതിന്റെ അപൂർവ്വസ്ഥാനം തിരിച്ചറിഞ്ഞത്. 6 ഷില്ലിങ്ങിന് അവൻ ഇത് മറ്റൊരു ചങ്ങാതിക്കുവിറ്റു. പിന്നീട് തോമസ് റിസ്പാത്ത് എന്നൊരു ഫിലാറ്റലിസ്റ്റ് ഇത് 2000 രൂപ വിലയ്ക്കാണ് സ്വന്തമാക്കിയത്.

സ്റ്റാമ്പിന്റെ യാത്ര പിന്നെയും തുടർന്നു. പലരിലൂടെ കടന്നുവന്ന സ്റ്റാമ്പ് 1970 ലെ ഒരു ലേലത്തിൽ 21 ലക്ഷമായിരുന്നു മൂല്യം! 1980 ൽ 9.35 ലക്ഷം ഡോളറിന് വില്ക്കപ്പെട്ടു. 1987 ൽ വീണ്ടും ലേലം ചെയ്തപ്പോൾ കിട്ടിയത് 11 ലക്ഷം ബ്രിട്ടീഷ് പൗണ്ടായിരുന്നു. നമ്മുടെ എട്ടേകാൽ കോടി രൂപയോളം!

വലിയ പട്ടണങ്ങളിൽ നടക്കുന്ന ഫിലാറ്റലി മേളകളിൽ വ്യോമമാർഗ്ഗമാണ് ഗയാനാ സ്റ്റാമ്പ് എത്തിക്കാറുള്ളത്. 1 സെന്റിന്റെ ബ്രിട്ടീഷ് ഗയാനാ സ്റ്റാമ്പ് ഇന്ന് ലോകത്തുതന്നെ ഒരേയൊരെണ്ണമേ ഉള്ളൂവെന്നതാണ് ഇതിന്റെ മൂല്യം.

അമേരിക്കയ്ക്കും അബദ്ധം പിണഞ്ഞു!

സ്റ്റാമ്പുകളിലെ പടങ്ങൾ തല കീഴായി അച്ചടിച്ച് അപൂർവ്വത വരുത്തിയ സ്റ്റാമ്പുകളും ലോകത്തുണ്ടായിട്ടുണ്ട്. 1918 ൽ അമേരിക്കയിൽ ഇറങ്ങിയ ഒരു എയർമെയിൽ സ്റ്റാമ്പിലാണ് ഇങ്ങനെയൊരു പിശകു പറ്റിയത്. ഇങ്ങനെയുള്ള പതിനാറെണ്ണം ശേഷിച്ചിരുന്നുവത്രെ. അതിൽത്തന്നെ മുറിച്ചുമാറ്റാതെ വെച്ചിരിക്കുന്ന 4 സ്റ്റാമ്പുകൾക്ക് 75 ലക്ഷത്തിലേറെ വരുമത്രെ ഇന്നത്തെ മൂല്യം!

സിൻഡ് ഡാക്ക എന്ന ചുവപ്പന്റെ മൂല്യം

ഇന്ത്യാ വിഭജനത്തിനു മുമ്പ് ഇപ്പോൾ പാകിസ്ഥാനിൽ ഉൾപ്പെടുന്ന സിൻഡിലെ ഗവർണർ ബാർട്ട്ലി ഫെറി തന്റെ അധികാരപരിധിയിൽ വരുന്ന സ്ഥലങ്ങൾ വൃത്താകാരമുള്ള അരയണ സ്റ്റാമ്പ് പുറത്തിറക്കിയിരുന്നു. ഇതിനെ സിൻഡ് ദാവ്ക് എന്നാണ് പേർ. വെള്ള, നീല, ചുവപ്പു നിറങ്ങളിൽ, അമ്പും വില്ലും ചിത്രമുള്ള സ്റ്റാമ്പുകളിൽ അച്ചടി നടന്നപ്പോൾ ചുവപ്പുമഷി തീർന്നു പോയി. നീല മഷിയാണെങ്കിൽ സ്റ്റോക്കുണ്ടുതാനും. അപ്പോൾ അതുവരെ അടിച്ച ചുവപ്പു സ്റ്റാമ്പുകൾ നശിപ്പിക്കുകയും നീല സ്റ്റാമ്പുകൾ ആവശ്യത്തിന് അച്ചടിച്ചെടുക്കുകയും ചെയ്തു. പ്രദേശമാകെ വിതരണം ചെയ്ത പ്രഥമ സ്റ്റാമ്പ് എന്ന സ്ഥാനം ഈ സ്റ്റാമ്പിനത്രെ. മഷി

യിടാത്തതിനാൽ നശിപ്പിച്ചുകളഞ്ഞ കൂട്ടത്തിലെ ഒരു ചുവപ്പൻ സ്റ്റാമ്പ് എങ്ങനെയോ ബാക്കിയായി. അപൂർവ്വവും അമൂല്യവുമായ ഈ ചുവപ്പ് സ്റ്റാമ്പ് ന്യൂഡൽഹിയിലെ ഫിലാറ്റലിക്ക് മ്യൂസിയത്തിൽ സൂക്ഷിക്കപ്പെട്ടിരിക്കുന്നു. ഇന്നത്തെ അതിന്റെ വില എത്രയാണ് എന്നുപോലും കണക്കാക്കിയിട്ടില്ലത്രെ.

ജനനത്തീയതിയിൽ പിഴവ്

ഇന്ത്യൻ തപാലിലും (സ്വാതന്ത്ര്യത്തിനുശേഷം) ഇങ്ങനെ അബദ്ധങ്ങളും അശ്രദ്ധകളും പിഴവുകളും ധാരാളമായി പിണഞ്ഞിട്ടുണ്ട്. കാലക്രമേണ അവയുടെയെല്ലാം മൂല്യം ഇരട്ടിയാകുമെന്നു തീർച്ചയാണ്.

ഇന്ത്യയെ സ്നേഹിച്ച ആനിബസന്റ് എന്ന ബ്രിട്ടീഷുകാരിയുടെ ചിത്രമുള്ള സ്റ്റാമ്പ് 1963 ഒക്ടോബർ 1 ന് ഇന്ത്യൻ പോസ്റ്റൽ സർവ്വീസ് ഇറക്കിയിരുന്നു. അതിൽ ആനിബസന്റിന്റെ ജനന വർഷം 1847 എന്നതിനു പകരം 1837 എന്നാണ് ചേർത്തിരുന്നത്.

കൃഷ്ണൻ അമ്പെയ്യുന്നു

മഹാഭാരതകഥ തപാൽ സ്റ്റാമ്പിൽ കോറിയിട്ടപ്പോഴും അബദ്ധങ്ങൾ പിണഞ്ഞ കഥയാണ് മറ്റൊന്ന്. 1982 ൽ ഏഷ്യൻ ഗെയിംസ് ന്യൂഡൽഹിയിലായിരുന്നുവല്ലോ അരങ്ങേറിയിരുന്നത്. ഒൻപതാം ഏഷ്യൻ ഗെയിംസിന്റെ ഭാഗമായി പുറത്തിറക്കിയ തപാൽ സ്റ്റാമ്പ് മഹാഭാരതകഥയെ ആസ്പദമാക്കിയതായിരുന്നു. അമ്പെയ്യുന്ന അർജ്ജുനനുപകരം അമ്പു പിടിച്ചു നില്ക്കുന്നത് തേരാളിയായ സാക്ഷാൽ കൃഷ്ണനായി.

ഏതൊരു സ്റ്റാമ്പിലും മാതൃരാജ്യത്തിന്റെ പേരും സ്റ്റാമ്പിന്റെ മൂല്യവും രേഖപ്പെടുത്തണമല്ലോ. അതുപോലും ശ്രദ്ധിക്കാതെ അടിച്ചിറക്കിയവ ഇന്ത്യാ ചരിത്രത്തിൽ കാണുന്നുണ്ട്. ഇന്ത്യയും ഇറാനും തമ്മിലുള്ള നയതന്ത്രബന്ധം സുശക്തമാക്കുന്നതിന്റെ മുന്നോടിയായി ഇറക്കിയ സ്റ്റാമ്പിൽ ഇവ രണ്ടും (രാജ്യത്തിന്റെ പേരും വിലയും) ഇല്ലായിരുന്നു.

തലേന്നു പിൻവലിച്ച സ്റ്റാമ്പ്

അബദ്ധങ്ങൾ കടന്നുകൂടിയ സ്റ്റാമ്പുകൾ റദ്ദാക്കുകയോ, പിൻവലിക്കുകയോ വില്പന നിർത്തിവെക്കുകയോ ചെയ്യാറുണ്ട്. ഇത്തരമൊരു സംഭവമായിരുന്നു 2010 ഡിസംബറിൽ പുറത്തിറക്കാൻ ശ്രീനിവാസരാമാനുജന്റെ പടമുള്ള സ്റ്റാമ്പുമായി ബന്ധപ്പെട്ടത്. നാഷണൽ മാത്തമാറ്റിക്സ് ഡേയുമായി 5 രൂപ മൂല്യമുള്ള സ്റ്റാമ്പ് കാരണമൊന്നും പറയാതെയായിരുന്നു. പുറത്തിറങ്ങേണ്ടതിന്റെ തലേന്ന് പിൻവലിച്ചത്. ശ്രീനിവാസരാമാനുജനുമായി ബന്ധപ്പെട്ട സൂത്രവാക്യത്തിൽ പറ്റിയ പിഴവായിരുന്നു കാരണമെന്ന് കരുതുന്നു.

നനഞ്ഞാൽ നശിക്കുന്ന സ്റ്റാമ്പുകൾ

അബദ്ധങ്ങളും അശ്രദ്ധങ്ങളും വിലയിലും ചിത്രങ്ങളിലും മാത്രമല്ല സംഭവിക്കാറ്. കീറിയെടുക്കുന്ന അരിമ്പുക (പെർഫറേഷൻ)ളിലും അച്ചടിക്കുന്ന മഷിയും പേപ്പറുമെല്ലാം ഇങ്ങനെ വികൃതമാകാറുണ്ട്. 1994 ൽ പുറത്തിറക്കിയ രണ്ടുരൂപ മൂല്യമുള്ള ബീഗം അക്താർ എന്ന മഹതിയുടെ പേരിലുള്ള സ്റ്റാമ്പ് ഇതിനുദാഹരണമാണ്. ഈർപ്പം തട്ടിയാൽ മഷി ഇളകി കടലാസ് നാശമാകുന്നയത്ര മോശം അച്ചടിയായിരുന്നു. 1995 ൽ ഇറക്കിയ ഒരു സ്റ്റാമ്പ് ഇങ്ങനെയായിരുന്നു. 2008 നവംബർ 8 ന് പുറത്തിറക്കിയ അൽഫോൽസാമ്മയുടെ പേരിലുള്ള 15 രൂപ മൂല്യമുള്ള മിനിയേച്ചർ സ്റ്റാമ്പിൽ ഇങ്ങനെ സംഭവിച്ചിരുന്നു. 40 സ്റ്റാമ്പുകൾ ഉൾക്കൊള്ളുന്ന ഷീറ്റിലായിരുന്നു മഷി പടർന്ന് വൃത്തികേടായത്.

പെർഫറേഷനുകളിലും പോരായ്മകൾ

സ്റ്റാമ്പുകളെ വേർതിരിക്കുന്ന അരിമ്പുകളിലുമുണ്ട് പോരായ്മകൾ. 2008 ജനുവരി 2 ന് പുറത്തിറങ്ങിയ ബട്ടർഫ്ളൈസ് സ്റ്റാമ്പുകളിൽ അരിമ്പുകൾ തന്നെ ഉണ്ടായിരുന്നില്ല.

ഫ്രിൻസിലി സ്റ്റേറ്റ്സ് (കൊച്ചിൻ നാട്ടുരാജ്യം) എന്നു പേരിൽ 2010 ൽ പുറത്തിറക്കിയ നാലു കൊച്ചിൻ അഞ്ചൽ സ്റ്റാമ്പുകൾ വീതമുള്ള മിനിയേച്ചർ ഷീറ്റുകളിലും അരിമ്പുകൾ കൃത്യമായല്ല ചെയ്തിട്ടുള്ളത്. സ്റ്റാമ്പു കീറിയെടുക്കുമ്പോൾ സ്റ്റാമ്പുകളുടെ മുകൾ ഭാഗം നഷ്ടപ്പെടുന്നു. ഇങ്ങനെ നഷ്ടപ്പെട്ടു പോകുന്ന ഭാഗമാണ് സ്റ്റാമ്പിന്റെ പേര് (കൊച്ചിൻ അഞ്ചൽ എന്ന മുദ്ര) ഉള്ളത്!

2005 മാർച്ച് 24 ന് പുറത്തിറക്കിയ സ്റ്റാമ്പുകളിൽ അരിമ്പുകളിലാണ് വർഷം രേഖപ്പെടുത്തിയിരിക്കുന്നത്. സ്റ്റാമ്പുകൾ മുറിച്ചെടുക്കുമ്പോൾ വർഷം ഉണ്ടാകില്ല എന്നർത്ഥം. Flora & Fauna of North East India എന്ന ഗ്രൂപ്പ് സ്റ്റാമ്പിനാണ് ഈ ഗതി വന്നത്. ഇതേ മട്ടു തന്നെയായിരുന്നു. 2008 മാർച്ച് 18 ന് ഇറങ്ങിയ മധുബാല സ്റ്റാമ്പിനും 2006 ൽ പുറത്തിറക്കിയ തപാൽപെട്ടി സ്റ്റാമ്പിനും സംഭവിച്ചത്.

മൂല്യം അമൂല്യമാണ്...

അബദ്ധങ്ങൾ കൊച്ചി, തിരുവിതാംകൂർ അഞ്ചൽ സ്റ്റാമ്പുകളിലുമുണ്ടായിരുന്നു. 1854 ൽ പുറത്തിറക്കിയ നാലണ സ്റ്റാമ്പിൽ വിക്ടോറിയ രാജ്ഞിയുടെ ചിത്രം തലകീഴായാണ് അച്ചടിച്ചത്. ഈസ്റ്റിന്ത്യാ കമ്പനിയായിരുന്നു ഈ മുദ്ര അടിച്ചിറക്കിയത്. ഇത്തരം സ്റ്റാമ്പുകൾ ഉപയോഗത്തിനുശേഷമോ, അതിനു മുമ്പോ നശിപ്പിക്കാറുണ്ട്. ഇതിലൊന്നും പെടാത്തവയാണ് ഫിലേറ്റലിക്കാർ അമൂല്യമായി കരുതി സൂക്ഷിച്ചുപോരുന്നത്.

6

മൈ ഫോട്ടോ തപാൽ സ്റ്റാമ്പിൽ

ഒരു തപാൽ സ്റ്റാമ്പ് കാണുമ്പോൾ എന്താണ് ചങ്ങാതിമാർക്ക് തോന്നാറുള്ളത്. എന്തൊരു ഭംഗി. ഇതാരാണ്? എത്രയാണ് വില, ഇത്. എങ്ങനെ ഉണ്ടാക്കുന്നു തുടങ്ങി ചിന്തകൾ മുന്നേറിക്കൊണ്ടിരിക്കും.. സ്റ്റാമ്പുശേഖരണം ഹോബിയാക്കിയവർക്ക് ഇവ മാത്രമായിരിക്കില്ല ഒരു ലോകംതന്നെയാണ് അവരെ സംബന്ധിച്ചിടത്തോളം തപാൽ സ്റ്റാമ്പുകൾ. മഹാത്മാഗാന്ധിയും രാജീവ് ഗാന്ധിയുമെല്ലാം സ്റ്റാമ്പുകളിൽ നിറഞ്ഞു നില്ക്കുന്നത് കാണുമ്പോൾ, തന്റെ സ്വന്തം പടം ഇങ്ങനെ വന്നിരുന്നെങ്കിൽ എന്ന് ആലോചിച്ചിട്ടുണ്ടോ? അതൊക്കെ മരണാനന്തരമല്ലേ എന്ന് ചിന്തിക്കാൻ വരട്ടേ... നമ്മുടെ സ്വന്തം പടവും തപാൽ സ്റ്റാമ്പുകളിൽ അച്ചടിക്കുന്ന സംവിധാനമാണ് ഭാരതീയ തപാൽ വകുപ്പിന്റെ മൈ സ്റ്റാമ്പ്. കേൾക്കൂ കേട്ടറിയൂ. സ്വന്തം സ്റ്റാമ്പിനെക്കുറിച്ചും എങ്ങനെ സ്റ്റാമ്പിൽ കയറിപ്പറ്റാം എന്നും ഒപ്പം സ്വല്പം മൈസ്റ്റാമ്പ് ചരിത്രവും.

സ്വന്തം മുഖം തപാൽ സ്റ്റാമ്പിൽ കണ്ടവർ

മരണാനന്തരമാണ് മിക്ക നേതാക്കന്മാരുടേയും പടങ്ങൾ തപാൽ സ്റ്റാമ്പുകളിൽ അച്ചടിക്കാറ് പതിവ്. എന്നാൽ അതിനു മുമ്പു തന്നെ സ്വന്തം പടം തപാൽ സ്റ്റാമ്പിൽ കാണാൻ ഭാഗ്യം സിദ്ധിച്ചവരാണ് സ്ത്രീ വിമോചന പ്രസ്ഥാനത്തിന്റെ നായകനായ ഡോൺഡോകേശവ കർവെ (Dhonodo Kesava Karve) ആധുനിക മൈസൂറിന്റെ ശില്പി എന്നറിയപ്പെടുന്ന എം വിശ്വേശ്വരയ്യ' പ്രഥമ രാഷ്ട്രപതി ഡോ. രാജേന്ദ്രപ്രസാദ്, രണ്ടാമനായ ഡോ. എസ് രാധാകൃഷ്ണൻ, നാലാമനായ വി വി ഗിരി, പാവങ്ങളുടെ അമ്മ മദർതെരേസ എന്നിവർ. പിന്നീടുള്ളവരെല്ലാം അവരുടെ മരണാനന്തരമായിരുന്നു സ്റ്റാമ്പിനാൽ ആദരിക്കപ്പെട്ടത്.

മൈ സ്റ്റാമ്പിന്റെ മൂല്യം

ജീവിതകാലത്തുതന്നെ സ്വന്തം ചിത്രം തപാൽ സ്റ്റാമ്പിൽ കണ്ടവരും അവ പുറത്തിറക്കിയ തീയതിയും സ്റ്റാമ്പിന്റെ മൂല്യവും വ്യക്തികളുടെ ചരമവിവരങ്ങളും മനസ്സിലാക്കിക്കോളൂ.

1. ഡോൺഡോ കേശവ കർവെ – 1958 ഏപ്രിൽ 18 ന് – 15 പൈസ
2. എം വിശ്വേശ്വരയ്യ – 1960 സെപ്തംബർ 15 – 15 പൈസ

- ഇരുവർക്കും നൂറു വയസ്സ് തികഞ്ഞതിനുശേഷമായിരുന്നു തപാൽ സ്റ്റാമ്പ് പുറത്തിറക്കിയത്.
- സ്റ്റാമ്പിറങ്ങി നാലാം വർഷം ഡോൺഡോയും ഒരുവർഷത്തിനുള്ളിൽ വിശ്വേശ്വരയ്യയും അന്തരിച്ചു.

3. ഡോ. രാജേന്ദ്രപ്രസാദ് 1962 മെയ് 13–15 പൈസ (1963 ൽ അന്തരിച്ചു.)
4. ഡോ. രാധാകൃഷ്ണൻ – 1967 സെപ്തംബർ 5–15 പൈസ (1975 ൽ അന്തരിച്ചു.
5. വി വി ഗിരി – 1974 ആഗസ്ത് 24–25 പൈസ (1980 ൽ അന്തരിച്ചു)
6. മദർ തെരേസ – 1980 ആഗസ്ത് 27–30 പൈസ (1997ൽ അന്തരിച്ചു)

അല്പം ചരിത്രം

മൈ സ്റ്റാമ്പ് പദ്ധതി ആദ്യമായി സ്വിറ്റ്സർലന്റാണ് പരീക്ഷിച്ചത്, 2010 ൽ തൊട്ടടുത്ത വർഷം തന്നെ ഫെബ്രുവരിയിൽ ന്യൂഡൽഹിയിൽ അരങ്ങേറിയ വേൾഡ് ഫിലാറ്റലി എക്സിബിഷനിലാണ് ഇന്ത്യയിൽ മൈ സ്റ്റാമ്പിനു തുടക്കമായത്. സൗത്തിന്ത്യയിൽ ഈ രസകരമായ പദ്ധതി 2012 ൽ കോഴിക്കോട് സംഘടിപ്പിച്ച കേരപെക്സിലായിരുന്നു ആദ്യമായി പരീക്ഷിച്ചത്. എന്നാൽ അത്രതന്നെ ജനപ്രീതിയാർജ്ജിക്കാൻ സാധിക്കാത്തതോ എന്തോ, പദ്ധതി പെട്ടെന്നു തന്നെ അവസാനിപ്പിക്കുകയായിരുന്നു. 2013 ആദ്യത്തിൽ തിരുവനന്തപുരത്തുവെച്ചു നടന്ന 'കേരപെക്സ് – 13' പരിപാടിയിൽ മൈ സ്റ്റാമ്പ് പുനർജ്ജനിക്കുകയായിരുന്നു. ഇപ്പോൾ തിരുവനന്തപുരത്തെ ഹെഡ് പോസ്റ്റോഫീസിന്റേ പരിധിയിലുള്ള ഫിലാറ്റലി ബ്യൂറോയിൽ ഈ പദ്ധതി പ്രവർത്തിക്കുന്നു. ഇന്ത്യക്കു പുറമെ ന്യൂസിലാന്റ്, ആസ്ത്രേലിയ, അമേരിക്ക, സ്വിറ്റ്സർലന്റ് എന്നീ രാജ്യങ്ങളിലും ഈ സിസ്റ്റമുണ്ട്.

എങ്ങനെ പടം വരുത്താം

നമ്മുടെ സ്വന്തം പടം എങ്ങനെ തപാൽ സ്റ്റാമ്പിൽ വരുത്തുമെന്നല്ലേ? പറഞ്ഞുതരാം അതിനുള്ള സൂത്രം.

- ഒരു അപേക്ഷ, തിരിച്ചറിയൽ കാർഡിന്റെ കോപ്പി (ഒറിജിനൽ) മൂന്നൂറു രൂപ, സ്റ്റാമ്പിൽ അച്ചടിക്കേണ്ട ഫോട്ടോ. ഇത്രയും മതി.

12 സ്റ്റാമ്പ് ഉൾക്കൊള്ളുന്ന ഒരു ഷീറ്റാണ് നമുക്ക് കിട്ടുക.

- നമ്മുടെ ഫോട്ടോ ഏതൊക്കെ പടങ്ങൾക്കൊപ്പമാണ് അച്ചടിക്കുക എന്നറിയേണ്ടേ.

താജ്മഹൽ, വൈൽഡ് ലൈഫ്, ട്രെയിൻ, പഞ്ചതന്ത്രകഥകൾ, എയർ ക്രാഫ്റ്റ്, പൂക്കൾ (സിനേറിയ, ഡാലിയ, ലില്ലി) ഫെയറി ക്യൂൻ, ഗ്രീറ്റിങ്ങ്സ് തുടങ്ങി നമുക്കിഷ്ടപ്പെട്ട വ്യക്തികൾ, സ്ഥാപനങ്ങൾ, സ്പോർട്സ് സംബന്ധമായ ചിത്രങ്ങൾ ചരിത്രം എന്നിങ്ങനെ വിവിധ വിഷയങ്ങളുമായി ബന്ധപ്പെട്ട ചിത്രങ്ങളിൽ നിങ്ങൾ ഉണ്ടായിരിക്കും. ചിത്രങ്ങൾ നിങ്ങൾക്കു തിരഞ്ഞെടുക്കാവുന്നതുമാണ്. ഇടതുഭാഗത്ത് നിങ്ങളുടെ ചിത്രവും വലതുഭാഗത്ത് നിർദ്ദിഷ്ട ചിത്രമുള്ള സ്റ്റാമ്പും രണ്ടുഭാഗങ്ങളുമുള്ള സ്റ്റാമ്പായിരിക്കും നമുക്കു കിട്ടുന്നത് എന്നർത്ഥം.

അപേക്ഷയും അച്ചടിക്കേണ്ട ചിത്രവുമായി ബന്ധപ്പെട്ട ബ്യൂറോകളിൽ നേരിട്ടു ഹാജരാവുകയോ, ഹാർഡ്, സേഫ്റ്റ് കോഫി നല്കിയോ ഇത് സാദ്ധ്യമാകും. ഓരോ ജില്ലാ കേന്ദ്രങ്ങളിലും ഇതിനുള്ള സൗകര്യങ്ങൾ ഫിലാറ്റലിക് എക്സിബിഷൻ ഒരുക്കിയിട്ടുണ്ട്. താല്പര്യമുള്ളവർക്ക് ഫിലാറ്റാലി ക്ലബ്ബുകളിലെ നമ്പരുകളിൽ ബന്ധപ്പെടാം.

മലപ്പുറം ക്ലബ്ബുകളെ ബന്ധപ്പെടാനുള്ള നമ്പരുകൾ ഇതാ

0483-2766840	9846 097477	890 7897073
0494-2422490	9446 692758	
0483-2766320	9496 407633	

7

രാഷ്ട്രമുദ്രകൾ... തപാൽമുദ്രകൾ

തപാൽ ദിനം ലോകമാകെ ആചരിക്കുന്ന വേളയിൽ സ്റ്റാമ്പു ശേഖരിക്കുന്നതിൽ തല്പരരായ ചങ്ങാതിമാർ ഉത്സാഹപൂർവ്വം മുന്നോട്ടു വരുന്നുണ്ടാകും. എന്തെല്ലാം കാര്യങ്ങൾ അവർക്കു പറയാനുണ്ടാകും! ഓരോ രാജ്യത്തിന്റെയും സാംസ്കാരികവും സാമൂഹ്യവും രാഷ്ട്രീയവുമായ കഥകൾ തന്നെയാണ് ഈ കുഞ്ഞു കടലാസു കഷണങ്ങളിലൂടെ പുറത്തുവരുന്നത്. ഇന്ന് കത്തെഴുത്തും അതിൽ തപാൽ മുദ്ര പതിക്കലും പോസ്റ്റു ചെയ്യലുമൊക്കെ തുലോം കുറഞ്ഞിട്ടുണ്ടെങ്കിലും സ്റ്റാമ്പുകളക്ഷനിൽ കുറവൊന്നുമുണ്ടായിട്ടില്ല. ഒരു വരുമാനമാർഗ്ഗം കൂടിയാണ് ഇന്ന് ഫിലാറ്റലിസ്റ്റുകൾക്ക് സ്റ്റാമ്പും തപാൽ മുദ്രകളും മറ്റും.

പുതിയതായി ഈ മേഖലയിലേക്കു വരാൻ താല്പര്യമുള്ള ചങ്ങാതിമാരും നമുക്കിടയിലുണ്ടാകും. അവരുടെ കൈയിൽ അന്യരാജ്യത്തിന്റെ ഒരു സ്റ്റാമ്പു കിട്ടിയെന്നിരിക്കട്ടെ. സ്വാഭാവികമായും ആദ്യമായി നമ്മൾ ശ്രദ്ധിക്കുക സ്റ്റാമ്പിലെ ചിത്രവും വിലയും രാജ്യവും തന്നെയായിരിക്കും. അത്തരമൊരു സ്റ്റാമ്പാണ് YAR. എന്താണീ രാജ്യം? ഭൂപടമാകെ പരതിയാലും ഇങ്ങനെയൊരു രാജ്യം നമുക്കു കണ്ടുപിടിക്കാനാവില്ല. കാരണം സ്റ്റാമ്പു പുറത്തിറക്കിയ കാലത്ത് ഈ രാജ്യം ഏകാധിപത്യമോ രാജഭരണമോ ആയിരുന്നു. പിന്നീടാണ് ജനാധിപത്യത്തിലേക്കു ചുവടുമാറിയത്. എന്നാൽ തപാൽ മുദ്രകൾ അന്നത്തെ അതേ പേരുകളിലാണ് ഇന്നത്തെ ബഹുഭൂരിഭാഗവും രാജ്യങ്ങളും പിന്തുടരുന്നത്. Yeman Arabic Republic ന്റെ ചുരുക്കപ്പേരാണ് YAR അതുപോലെ Helvetia എന്ന് മുദ്രയുള്ള ഒരു സ്റ്റാമ്പും നമ്മളെ ഒന്നു ചുറ്റിക്കും. സ്വിറ്റ്സർലന്റ് തപാൽ സ്റ്റാമ്പാണ് ഇതെന്ന് എത്രപേർക്കറിയാം.

സ്റ്റാമ്പുകൾ... സ്റ്റാമ്പുകൾ

വിദേശരാജ്യങ്ങളിൽ തപാൽമുദ്രകളിൽ പേര് സൂചിപ്പിക്കാതിരുന്നാലും പെട്ടെന്ന് പിടികിട്ടുന്നത് ബ്രിട്ടന്റേതു മാത്രമാണ്. കാരണം ലോകത്തുതന്നെ ആദ്യമായി തപാൽ സ്റ്റാമ്പിറക്കിയത് ബ്രിട്ടനായിരുന്നു. അതിനാൽ രാജ്യത്തിന്റെ പേര് വെക്കണമെന്നില്ലായിരുന്നു. 1840 മെയ് ഒന്നിന് ഈ സ്റ്റാമ്പ് റോളണ്ട് ഹിൽ അധികാരികൾക്കു സമർപ്പിച്ചു മെയ് 6 ന്. ഇത് അംഗീകരിക്കുകയും വിതരണം നടത്തുകയും ചെയ്തു. ഇതാണ് പെനിബ്ലാക്ക് എന്ന ചതുരൻ തലയൻ സ്റ്റാമ്പ്! അന്നത്തെ ഏറ്റവും വില കുറഞ്ഞ നാണയമായിരുന്നു പെനി (ഒരു ഷില്ലിങ്ങിന്റെ പന്ത്രണ്ടിൽ ഒരു ഭാഗം) പിന്നീട് ബ്രിട്ടൻ പുറത്തിറക്കിയ സ്റ്റാമ്പായിരുന്നു ബ്ലൂപെനി, മൂന്നാമത്തെ സ്റ്റാമ്പ് റെഡ് പെനിയും. 1843 ൽ ബ്രസീലും 1847 ൽ യുണൈറ്റഡ് സ്റ്റേറ്റ്സും മൗറീഷ്യസും 1848 ൽ ബർമുഡയും 1849 ൽ ഫ്രാൻസും ബെൽജിയവും തപാൽ സ്റ്റാമ്പുകൾ പുറത്തിറക്കി.

ഭാരതപ്പെരുമ

പിന്നീട് രാജ്യങ്ങൾ അവരവരുടെ സംസ്കാരങ്ങളുമായി ബന്ധപ്പെട്ട സ്റ്റാമ്പുകൾ പുറത്തിറക്കിക്കൊണ്ടിരുന്നു. ഭാഗികമായി ഭാരതത്തിലും 1852 ജൂലൈ 1 ന് സിന്ധ് ഗവർണറായ ബാർട്ടലി ഫെറി വെള്ളയും നീലയും ചെമപ്പും നിറങ്ങളിൽ അര അണ വില രേഖപ്പെടുത്തിയ, ഈസ്റ്റിന്ത്യാ കമ്പനിയുടെ മുദ്രയായ അമ്പും വില്ലും രേഖപ്പെടുത്തിയ 'സിന്ധ് ഡാക്ക്' എന്ന സ്റ്റാമ്പുകൾ പുറത്തിറക്കി. ഇക്കൂട്ടത്തിലെ ചുവന്ന സ്റ്റാമ്പിന് ഇന്ന് വലിയ വിലയാണ് മൂല്യം.

പിന്നീടാണ് ഈസ്റ്റിന്ത്യാ കമ്പനി ഭാരതത്തിന്റെ എല്ലാ ഏരിയകളിലേക്കും പ്രയോജനപ്രദമാകുംവിധം 1854 ൽ തപാൽമുദ്ര പുറപ്പെടുവിക്കുന്നത്. 1947 വരെ വിക്ടോറിയാ രാജ്ഞിയുടെയും എഡ്വേർഡ് ഏഴാമന്റെയും ആറാമൻ ജോർജ്ജിന്റെയും പടങ്ങൾ ചേർത്ത മുദ്രകൾ ഇറക്കി. ഇവ പ്രാബല്യത്തിൽ വന്നിരുന്നുവെങ്കിലും സ്വാതന്ത്ര്യാനന്തരം (1957 ൽ) ഇന്ത്യാ ഗവൺമെന്റ് പിൻവലിക്കുകയും ഇന്ത്യയുടെ തനതു സംസ്കാരമുദ്രകളോടെ സ്റ്റാമ്പുകൾ ഇറക്കുകയുമായിരുന്നു.

രാജ്യങ്ങളും പേരുകളും

തപാൽ സ്റ്റാമ്പിന്റെ ജനനത്തിനുശേഷം രാജ്യമൊന്നാകെ തപാൽ സമ്പ്രദായം വ്യാപിക്കുകയും മുദ്രകൾ സാർവ്വത്രികമാക്കുകയും ചെയ്തു. അന്നുണ്ടായിരുന്ന എത്രയോ രാഷ്ട്രങ്ങൾ പിളർന്ന് പുതിയ രാജ്യങ്ങൾ രൂപമെടുക്കുകയും സ്റ്റാമ്പുകൾ പ്രചരിക്കുകയുമുണ്ടായി. രാജ്യങ്ങൾ തങ്ങളുടെ പേരുകൾ തന്നെ മാറ്റുകയുണ്ടായി. തപാൽ സ്റ്റാമ്പുകളിൽ ഈ മാറ്റങ്ങൾ നമുക്കു കണ്ടുപിടിക്കാനും പറ്റും.

വിവിധ സ്റ്റാമ്പുകളിൽ കാണുന്ന പേരുകളും അവ ഏതു രാജ്യത്തെ

യാണ് പ്രതിനിധീകരിക്കുന്നത് എന്നുമെല്ലാം ഇനി മനസ്സിലാക്കാം. തപാൽ സ്റ്റാമ്പു ശേഖരിക്കുന്നവർക്കും പഠന പ്രവർത്തനങ്ങൾക്കും ഉപകരിക്കുന്ന വിവരങ്ങൾ

സ്റ്റാമ്പുകളിൽ കാണുന്നത് ഇങ്ങനെ	**രാജ്യത്തിന്റെ യഥാർത്ഥപേര് ഇങ്ങനെ**
Acores	Azores
Afghanes	Afghanistan
Postal Afghanistan	Afghanistan
Africa Occidental Espnola	Spanish West Africa
Africa Oriental Italiana	Italian East Africa
Afrique Equatorial Francasie	French Equatorial Africa
Afrique Occidental Francaise	French West Africa
Algeria or Algerienne	Algeria
Andorre	Andorra
Arabic Saovodite	Soudi Arabia
Belgie or Belgique	Bavaria
Belgisch Congo	Belgian Congo
Bohmen and Mahren	Bohemia & Moravia
Brazil	Brazil
Bravunschweig	Brunswick
Cabo Verde	Cape Verde Islands
Combodge	Compodia
CCCP	Russia
Centrafricain	Central African Empir
Centraficaine	Central African Repub
Cexkoslovensko	Czecholovakia
Comores or Comorein	Comoro Islands
Congo, Belge	Belgian Congo
Coted Ivorie	Ivory Coast
Cote Francaise des somalis	French Somali coast
Danmark	Denmark
DDR	Germany (East)
Deavtsche Budes post	Germany (West)
Devsche Demokratische Republic	Germany (East)
Devtsche	Germany
Devtsches post Reich	Germany
Dominicana	Dominican Republic
Eesti	Estionia
Egypte or Egyptienne	Egypt

Eire	Ireland (republic)
Espana or Espanola	Spain
Establissements Francais de I'oceanie	Oceanic Settlements
Establissements Francais dans I'Inde	French Indian settlements
Ethiopie	Ethiopia
Froyar	Faroe Islands
Francaise	France
Gubonasie	Gabon
Gunland	Greenland
Guienea Espana or Espanola	Spanish Guiner
Guinee	Guinea
Guinee Bissau	Guinea Bissau
Guinee Francise	French Guinea
Guinee Portuguisa	Portuguese Guinea
Guiane Francise	French Guiana
Havto Silesie	Uppen Silesie
Havto Volta	Greece
Hellas	Switzerland
Helvetia	Switzerland
India Portuguesa	Portuguses India
Indo Chine	Indo-China
Island	Iceland
Italia Italiana of Italiane	Italy
Jugoslavigvija	Yugoslavia
Khmere	Khmer Republic
Kibris	Cyprus
KSA	Saudi Arabia
LAR	Libya
Latvija	Latvia
Liban or Libanaise	Lebanon
Lietuva	Lithuania
Macau	Macao
Magyar	Hungary
Magyarorszag	Hungary
Malgache	Malagasi Republic
Maroc	Marocco
Marrvecos	Marocco or Spanish
Mavritanic	Mavritannia
Melayu	Malayan Federat

Mocambique	Mozambique
Moyen Congo	Middle Congo
Nederland	Netherland
Nederlandsch-Indie or Ned Indie	Netherlands Indies
Nederlands Andillen	Netherlands Antill
Nippon	Japan
Norge	Norway
Nouvella Caladoniee	New Colladonia
Osterreich Orterreisch	Austria
PDR Yemen	Yemen People's Democratic Republic
Persanes	Iran
pilipinas	Philippiness
Polska	Poland
Polynesie Francaise	French Polynesia
Portuguiesa	Portugal
Preussen	Prussia
Pulav Pinang	Penang
Reich spost	Germany
RF	France
Romana	Romania
RP Romina	Romania
RSA	South Africa
Rwandise	Rwanda
SA	Saudi Arabia
Sachsen	Saxony
Sahara Espana or Espanol	Spanish Sahara
Sao Tome Principle	St. Thomas and Prince Island
Savrashtra	Soruth Shqipenic Shqupni Shqiperia
Shquiparise, Shquiptare	Albania
Siam	Thailand
Stovensko	Slovaika
S Marino	San Marino
Soudan Francais	French Sudan
STT Voja	Trieste
Sudi Africa	South Africa
Suomi	Enland
Swidwes Afrika	South West Africa

Suriname	Surinam
Swerige	Sweden
Syrie or Syrienne	Syria
T Chad	Chad
Territorie Fran calse des Afares	French Territary of Afars
Toga	Tonga
Togolaise	Togo
Tuova	Tuava
Tripoli	Tripolvtania
Tunise or Tunisienne	Tunisia
Turkiye	Turkey
UAE	United Arab Emirates
UAR	Egypth or Syria
US	United States of America
Vaticiane	Vatican City
Vietnam Cong-Hoa	South Vietnam
Vietnam Danchu Cong-Hoa	North Vietnam
Yar	Yemen Arab Republic
Z. Afr Republiek	Transvaal

8

തപാൽ സ്റ്റാമ്പുകളിലെ മഹാത്മജി

ഇന്ത്യയിലെ മഹാരഥന്മാർ ഏറക്കുറെ എല്ലാവരും തപാൽ സ്റ്റാമ്പുകളിലൂടെ ആദരിക്കപ്പെട്ടവരാണ്. എന്നാൽ ഇക്കൂട്ടത്തിൽ ഇന്നും മുൻനിരയിലുള്ളത് നമ്മുടെ രാഷ്ട്രപിതാവായ മഹാത്മാഗാന്ധി തന്നെയാണ്. കൂടാതെ, ഏറ്റവുമധികം രാജ്യങ്ങളുടെ തപാൽ സ്റ്റാമ്പിൽ പ്രത്യക്ഷപ്പെട്ട വിദേശി എന്ന ബഹുമതിയും മഹാത്മജിക്കുതന്നെ. സ്റ്റാമ്പുകളുടെ മാതാവായ ബ്രിട്ടൺ ഉൾപ്പെടെ ഐക്യരാഷ്ട്രസഭയടക്കം ആറോളം രാജ്യങ്ങളാണ് അഞ്ഞൂറോ അതിലേറെയോ വ്യത്യസ്ത സ്റ്റാമ്പുകളിലൂടെ മഹാത്മജിയുടെ മമത്വം ലോകത്തിനു നല്കിയത്. ഗാന്ധിജയന്തി, അന്താരാഷ്ട്ര അഹിംസാദിനം, ലോകതപാൽ ദിനം, ഭാരതീയ തപാൽ ദിനം എന്നീ ദിനാചരണങ്ങൾക്കും മഹാത്മാഗാന്ധി സ്റ്റാമ്പുകൾ വിഷയമായി വരുന്ന മറ്റു പഠനപ്രവർത്തനങ്ങൾക്കുമുള്ള അധിക വായന ഇതാ..

നാലു സ്റ്റാമ്പുകളിൽ

ഇന്ത്യൻ സ്റ്റാമ്പുകളിൽ ഏറ്റവും കൂടുതൽ തവണ ആദരിക്കപ്പെട്ട മഹാത്മജിയുടെ പ്രഥമ മുദ്രയിറങ്ങുന്നത് സ്വാതന്ത്ര്യത്തിന്റെ പ്രഥമ വാർഷികത്തോടനുബന്ധിച്ചായിരുന്നു. എന്നാൽ ഈ സ്റ്റാമ്പുകൾ കാണാൻ ആ മഹാത്മജി അപ്പോൾ ജീവനോടെയുണ്ടായിരുന്നില്ല. ഇന്ത്യയുടെ ആദ്യത്തെ അനുസ്മരണ സ്റ്റാമ്പുകൾ ഇറങ്ങിയത് 1948 മെയ് 29 നായിരുന്നു. 12 അണ വിലയുള്ള എയർ ഇന്ത്യ സ്റ്റാമ്പ്, ആഗസ്ത് 15 ന് 10 രൂപ വിലയും 12 അണയും മൂന്നര അണയും ഒന്നര അണയും വിലകളിട്ട നാലു സ്റ്റാമ്പുകളാണ് ഇറങ്ങിയത്. ഒരു വ്യക്തിയുടെ ചിത്രത്തോടെ പുറത്തിറങ്ങിയ അത്ര ഇന്ത്യൻ സ്റ്റാമ്പും മഹാത്മജിയുടേതുതന്നെ (സ്വാതന്ത്ര്യാനന്തരം)

പ്രത്യേക സ്മാരക സ്റ്റാമ്പ്

മഹാത്മജിയുടെ ജന്മശതാബ്ദി പ്രമാണിച്ച് പുറത്തിറങ്ങിയ സ്റ്റാമ്പിൽ പത്നി കസ്തൂർബായുമുണ്ടായിരുന്നു. ദമ്പതിമാർ ഒരു തപാൽ സ്റ്റാമ്പിൽ പ്രത്യക്ഷപ്പെടുന്നത് അത് ആദ്യമായിട്ടായിരുന്നു. 1969 ലായിരുന്നു സ്റ്റാമ്പ് ഇറങ്ങിയത്. 1869 ലാണല്ലോ മഹാത്മജി ജനിച്ചത്.

ഇന്ത്യയുടെ സ്പെഷ്യൽ കമമ്മറേറ്റീവ് (സ്മാരക) സ്റ്റാമ്പ് പുറത്തിറങ്ങിയത് 2011 ഫെബ്രുവരി 12 നായിരുന്നു. വെള്ള ഖാദി തുണിയിൽ മഹാത്മജിയുടെ പടം ആലേഖനം ചെയ്ത പ്രത്യേക സ്റ്റാമ്പാണിത്. ഒരു ലക്ഷം കോപ്പി പുറത്തിറക്കിയ സ്റ്റാമ്പുകളിൽ ഒരു എണ്ണത്തിന് 250 രൂപയാണ് വില. ഇത്തരമൊരു സ്റ്റാമ്പ് ലോകത്തിൽത്തന്നെ ആദ്യത്തേതാണ്.

സ്പെഷ്യൽ സ്റ്റാമ്പിലെ അബദ്ധങ്ങൾ

ലോകത്തിലെതന്നെ സ്പെഷ്യൽ കമമ്മറേറ്റീവ് സ്റ്റാമ്പായ ഖാദി സ്റ്റാമ്പ് മറ്റു രീതികളിലും ലോകശ്രദ്ധ പിടിച്ചു പറ്റിയിട്ടുണ്ട്. എങ്ങനെയെന്നല്ലേ, മൂന്ന് ഗമണ്ടൻ അബദ്ധങ്ങൾ മുഖേന!

ഇന്ത്യൻ സ്റ്റാമ്പുകൾ ശ്രദ്ധിച്ചാൽ പൈസായിലാണ് അതത് സ്റ്റാമ്പുകളുടെ മൂല്യം കണക്കാക്കിയിട്ടുള്ളത് എന്നു കാണാം. ഉദാഹരണത്തിന് 5 രൂപയുടെ സ്റ്റാമ്പിൽ Rs. 5 എന്ന് ഒരിക്കലും രേഖപ്പെടുത്താറില്ല. പകരം 500 പൈസ (500) എന്നായിരിക്കും. അതായത് 500 പൈസ കൂടിയതാണ് 5 രൂപ എന്നർത്ഥം. 20 രൂപയുടെ സ്റ്റാമ്പിൽ 2000 എന്നു കാണാം. 20 എന്നത് വലുതായും ബാക്കി വരുന്ന രണ്ടു പൂജ്യങ്ങൾ അല്പം ചെറുതായും. രണ്ടായിരം പൈസയാണ് 20 രൂപ എന്ന് മനസ്സിലാക്കാമല്ലോ. 1975 മുതൽ ഈ രീതിയാണ് പിന്തുടരുന്നത്.

മഹാത്മജിയുടെ സ്മരണാർത്ഥമുള്ള ഈ ഖാദി സ്റ്റാമ്പിന്റെ ബ്രോഷറിൽ 250 രൂപ എന്ന് കാണുന്നുണ്ട്. അതേസമയം സ്റ്റാമ്പിൽ 100 എന്നും! 1975 ലെ പൈസയുടെ രീതിയിലാണെങ്കിൽ 100 പൈസ പ്രകാരം 1 രൂപ മാത്രമേ വാങ്ങാൻ പാടുള്ളൂ എന്നർത്ഥം! ഇതേ ബ്രോഷറിന്റെ മറ്റൊരിടത്ത് 100 രൂപ എന്നും കുറിച്ചിട്ടിട്ടുണ്ട്. ഏതാണ് വിശ്വസിക്കുക/

ഒരു കാര്യം തീർച്ചയായും പിഴവുകളും അബദ്ധങ്ങളും തെറ്റുകളും ഹൈലൈറ്റായ സ്റ്റാമ്പുകൾക്ക് കോടികളാണ് മൂല്യം. ഈ സ്റ്റാമ്പും വൈകാതെ കോടികളുടെ മൂല്യത്തിലേക്കു പോകാനാണു സാദ്ധ്യത.

മഹാത്മജിയുടെ മറ്റു സ്റ്റാമ്പുകൾ

1969 ജന്മശതാബ്ദി പ്രമാണിച്ച് 4 സ്റ്റാമ്പുകൾ പുറത്തിറക്കി.
1973 ആഗസ്ത് 15 ന് നെഹ്റുവുമൊത്ത്
1979 അന്താരാഷ്ട്ര ശിശുവർഷം പ്രമാണിച്ച്
1990 ഒക്ടോബർ രണ്ടിന് ദണ്ഡിമാർച്ച് സ്റ്റാമ്പ്
1992 ക്വിറ്റിന്ത്യായുടെ അൻപതാം വാർഷികം പ്രമാണിച്ച്

1994 മഹാത്മജിയുടെ 125-ാം ജന്മദിനം പ്രമാണിച്ച്
1995 ഇന്ത്യ- ദക്ഷിണാഫ്രിക്ക ജോയന്റ് ഇഷ്യൂവിൽ
1998 അൻപതാം ചരമവാർഷികം പ്രമാണിച്ച്
2000 ഇന്ത്യൻ റിപ്പബ്ലിക്കിന്റെ അൻപതാം വാർഷികം പ്രമാണിച്ച്
2001 മാൻ ഓഫ് ദ മില്ലെനിയം
2005 ദണ്ഡിയാത്രയുടെ 75-ാം വാർഷികം പ്രമാണിച്ച്
2007 സത്യഗ്രഹത്തിന്റെ നൂറാം വാർഷികം പ്രമാണിച്ച്
1983 ൽ ക്വിറ്റിന്ത്യാ പ്രമേയവേദിയുമായി ബന്ധപ്പെട്ടും സ്റ്റാമ്പിറങ്ങി

മൂല്യം അമൂല്യം...!

ഇന്നും മഹാത്മാഗാന്ധി സ്റ്റാമ്പുകൾ വിപണനത്തിലുണ്ടെങ്കിലും മൂല്യം വെച്ചുനോക്കുമ്പോൾ കോടികൾ വിലമതിപ്പുള്ള ആദ്യകാല മുദ്രകൾ ഉണ്ട്. 1948 സ്വാതന്ത്ര്യദിനവേളയിൽ 4 സ്റ്റാമ്പുകൾ ഇറങ്ങിയവയിൽ 10 രൂപ മതിപ്പുള്ള സ്റ്റാമ്പ് ഇന്ന് നിധി തന്നെയാണ്. ആകെ 100 എണ്ണമേ ഈ സ്റ്റാമ്പ് അടിച്ചിരുന്നുള്ളൂ. സർവ്വീസ് എന്ന മുദ്രയോടു കൂടി, ഔദ്യോഗികാവശ്യങ്ങൾക്കായി അന്നത്തെ ഗവർണർ ജനറൽ രാജഗോപാലാചാരിക്കു നല്കുകയായിരുന്നു. ഇതിൽനിന്ന് ഏതാനും എണ്ണം കോപ്ലിമെന്റായി വിശിഷ്യ വ്യക്തിത്വങ്ങൾക്കു നല്കിയിരുന്നു. ചില സ്റ്റാമ്പുകൾ കൈകൾ മറിഞ്ഞ് പുറത്തുമെത്തി. ഇത്തരമൊരു സ്റ്റാമ്പ് 2007 ഒക്ടോബറിൽ നടന്ന ലേലത്തിൽ 38000 യൂറോവിന് വില്ക്കപ്പെട്ടു. 2011 ൽ ജനീവയിൽ നടന്ന ലേലത്തിൽ സ്റ്റാമ്പിനു ലഭിച്ചത് 144000 യൂറോയായിരുന്നു. ഔദ്യോഗികമായി സൂക്ഷിക്കപ്പെടുന്ന ഈ ശ്രേണിയിലെ മറ്റു സ്റ്റാമ്പുകൾ ഇന്നുള്ളത് ഡൽഹിയിലെ പോസ്റ്റൽ മ്യൂസിയത്തിലും നാഷണൽ ആർക്കൈവ്സിലുമാണ്.

ഭാഗം രണ്ട്
തപാലും തപാൽ മുദ്രകളും
ചോദ്യോത്തരങ്ങളിലൂടെ...

ആമുഖം

ഒന്നു ചോദിച്ചോട്ടെ.

ഒരു തപാൽ സ്റ്റാമ്പിന്റെ വിലയെത്രയാണ്? 15 പൈസയിൽ തുടങ്ങി അഞ്ചു രൂപ മുതൽ 20, 50 രൂപ. അങ്ങനെയൊന്നായിരിക്കും മറുപടി. എന്നാൽ എട്ടേകാൽകോടി രൂപ മൂല്യമുള്ള സ്റ്റാമ്പ് ഉണ്ട് എന്നു കേൾക്കുമ്പോഴോ? ഒരിക്കലുമുണ്ടാകില്ല എന്നു പറയാൻ വരട്ടെ, അബദ്ധവും അശ്രദ്ധയും കൊണ്ട് വിലമതിക്കാൻതന്നെ കഴിയാത്ത അപൂർവ്വ സ്റ്റാമ്പുകൾ ലോകത്തുണ്ട്. എന്നതാണ് പരമാർത്ഥം.

തപാൽ സ്റ്റാമ്പുകൾക്ക് ഇങ്ങനെ മൂല്യം വർദ്ധിക്കാൻ എന്താണു കാര്യമെന്നല്ലേ? രാജ്യത്തിന്റെ പേരും വിലയും പെർഫെറ്റേഷനു (അരിമ്പുകൾ)ക്കുമാണ് ഒരു സ്റ്റാമ്പിന്റെ മുഖ്യഘടകങ്ങൾ. ഒപ്പം ചിത്രങ്ങളിലെ തികവും. ഇവയിൽ അബദ്ധം സംഭവിക്കുന്ന സ്റ്റാമ്പുകൾ പുറത്തിറങ്ങിയതിനുശേഷമാണ് ഫിലാറ്റലിസ്റ്റുകളും ബുദ്ധിജീവികളും എന്തിനേറെ സാധാരണക്കാർവരെ തെറ്റുകൾ കണ്ടുപിടിക്കുന്നത്. അപ്പോഴേക്കും അവ ഒരുപാട് വിറ്റുപോയിട്ടുണ്ടാകും. വില്പന നിർത്തിവെക്കുകയോ, പിൻവലിക്കുകയോ ഒക്കെ ബന്ധപ്പെട്ടവർ ചെയ്യാറുണ്ടെങ്കിലും ഈ അബദ്ധങ്ങളും എണ്ണക്കുറവുമാണ് സ്റ്റാമ്പുകളുടെ മൂല്യം വർദ്ധിപ്പിക്കുന്നത്. ഈ തെറ്റുകളും അബദ്ധങ്ങളും തന്നെയാണ് അവയുടെ ഹൈലൈറ്റും!

സ്റ്റാമ്പു ശേഖരണം എന്ന ഹോബിയെ ഹോബികളുടെ രാജാവ് എന്നാണ് വിശേഷിപ്പിക്കാറ്. സ്കൂൾ പാഠ്യപദ്ധതിയിലെ സാമൂഹ്യശാസ്ത്രപുസ്തകത്തിലെ (എല്ലാ ക്ലാസുകളിലും) ശേഖരണം എന്നൊരു വിഭാഗമുണ്ട്. പൊതുവെ ഈ മേഖലയിൽ സ്റ്റാമ്പ്, നാണയങ്ങൾ, കറൻസികൾ എന്നിവയാണ് ഉൾപ്പെടുത്താനുള്ളത്. ഇവയിലൂടെ ലോകത്തിന്റെ ചരിത്രമാണ് നമുക്കു സ്വന്തമാകുന്നത് എന്നർത്ഥം.

തപാലുമായി ബന്ധപ്പെട്ട അറിവുകൾ ലളിതമായ ചോദ്യോത്തരങ്ങളിലൂടെ പറയുകയാണ് ഈ ഭാഗത്ത്. വിദ്യാർത്ഥികൾക്കും അദ്ധ്യാപകർക്കും മത്സരപ്പരീക്ഷ എഴുതുന്നവർക്കും പൊതുവിജ്ഞാനം വർദ്ധിപ്പിക്കാനും സർവ്വോപരി തപാലിനെ അടുത്തറിയാനും ഏറെ സഹായിക്കുന്ന വിവരങ്ങൾ ചോദ്യോത്തരങ്ങളിലൂടെ അറിയാം.

1

ആദിമസംസ്കാരങ്ങളിലെ തപാൽ

തപാൽ സമ്പ്രദായം എന്നാണ് ആരംഭിച്ചത്. എന്ന ചോദ്യത്തിന് കൃത്യമായ ഒരു ഉത്തരമില്ല. ബി സി 1580-ാമാണ്ടിനടുത്ത് പ്രാചീന ഈജിപ്ഷ്യൻ സംസ്കാരത്തിൽ കണ്ടെത്തിയ ചരിത്രാവശിഷ്ടങ്ങളിൽനിന്ന് ബി സി 1400 കളിലെ കളിമൺ ഫലകങ്ങളിൽ നിന്നുള്ള സർക്കാർ കത്തുകൾ കണ്ടെടുത്തിട്ടുണ്ട്. ബി സി 1125-1255 കാലത്തെ ചൈനയിലെ 'ചൗ' രാജവംശകാലത്ത് ഉത്തരവുകൾ കൈമാറുന്നതിന് അശ്വാരൂഢരായ ദൂതന്മാരെ നിയോഗിച്ചിരുന്നതായും രേഖകളുണ്ട്.

ഗ്രാമങ്ങൾ വികസിച്ചു നഗരങ്ങളായി. നാട്ടുരാജ്യങ്ങൾ സാമ്രാജ്യങ്ങളും ഉടലെടുത്തപ്പോൾ ആശയങ്ങൾ കൈമാറുന്നതിന് പുതിയ സങ്കേതങ്ങൾ ആവശ്യമായി വന്നു. അങ്ങനെ സന്ദേശ വാഹകരുണ്ടായി. ഈ ദൂതന്മാരാകാം ആദ്യകാല തപാൽ ശിപായികൾ.'

ഇനി ചോദ്യോത്തരങ്ങളിലൂടെ തപാലിന്റെ കഥ മനസ്സിലാക്കാം.

1. *പ്രാചീനകാലത്ത് സുസംഘടിതവും വ്യവസ്ഥാപിതവുമായ തപാൽ സംവിധാനത്തിന് ആശയം നല്കിയത് ഒരു പേർഷ്യൻ ചക്രവർത്തിയായിരുന്നു. ആരാണത്?*

   ദാരിയാസ്

2. *പോസ്റ്റ് എന്ന ഇംഗ്ലീഷ് പദം വന്നിരിക്കുന്നത് ഒരു ലാറ്റിൻ പദത്തിൽ നിന്നാണ്. ഏതാണാപദം. അതിന്റെ അർത്ഥം?*

   പോസിറ്റസ് Positus സൂക്ഷിക്കുക എന്നർത്ഥം.

3. *തപാൽ എന്ന പദമുണ്ടായതോ?*

   മറാഠി ഭാഷയിലെ 'ഠപ്പാൽ' എന്ന പദത്തിൽ നിന്ന്

4. *പണ്ടുകാലത്തെ തപാൽ ശിപായിമാർ ആരൊക്കെയായിരുന്നു*

പ്രാവും നായയും പൂച്ചയും പോലുള്ള പക്ഷി മൃഗാദികൾ

5. *യൂറോപ്പിലെ ശിപായിമാർ ഏതു പേരിലാണ് അറിയപ്പെടുന്നത്.*

ബെൽമാൻ

6. *കേരളത്തിലെ തപാൽകാരനെ എന്തു പേരിലാണ് വിളിച്ചിരുന്നത്*

അഞ്ചലോട്ടക്കാരൻ

7. *തപാൽ പെട്ടിയുടെ ഉപജ്ഞാതാവ് ആരെന്നു പറയാമോ?*

ഫ്രാൻസിലെ ഫ്രാൻഷ്വാ ഡി വെലായൻ

8. *1846 മുതൽ 1904 വരെ ഇന്ത്യയിൽ തപാൽ വിതരണം എങ്ങനെയായിരുന്നു?*

കാളവണ്ടികൾ മുഖേന

9. *'റെയിൻ ഡീർ' എന്ന മാനുകൾ വലിക്കുന്ന വണ്ടികൾ തപാൽ സേവനത്തിന് ഉപയോഗിച്ചിരുന്ന രാജ്യങ്ങൾ ഏതെല്ലാമായിരുന്നു?*

റഷ്യ, സ്കാൻഡിനേവിയ തുടങ്ങിയ തണുപ്പു രാജ്യങ്ങൾ

10. *പ്രാവുകളെയുപയോഗിച്ച് സന്ദേശങ്ങൾ കൈമാറിയിരുന്ന ഇന്ത്യൻ സംസ്ഥാനമുണ്ട്. ഏതാണിത്?*

ഒറീസ്സ (ഒഡീഷ- 2002 ൽ ഇത് നിർത്തലാക്കി)

11. *റോഡ് മാർഗ്ഗം തപാൽ സർവ്വീസിനുപയോഗിച്ചത് ഏതു രാജ്യമായിരുന്നു എന്ന്?*

ഇംഗ്ലണ്ട്. 1784 ൽ

12. *എന്നാണ് റെയിൽവേ മെയിൽ സർവ്വീസ് (RMS) ആരംഭിച്ചത്.*

1830 കളിൽ

13. *ബോട്ടുമാർഗ്ഗം തപാൽ സർവ്വീസ് തുടങ്ങിയത് ഏതു മേഖലയിലായിരുന്നു?*

ഇംഗ്ലണ്ടിലെ ഡോമറിനും ഫ്രാൻസിലെ കാലോക്കുമിടയിൽ

14. *ഇന്ത്യയും ഇംഗ്ലണ്ടും തമ്മിൽ എയർ മെയിൽ സർവ്വീസ് ആരംഭിച്ചത് ഏതു വർഷമായിരുന്നു?*

1929 ൽ

15. *ഇറച്ചിവെട്ടുകാർ വഴി തപാൽ വിതരണം സാദ്ധ്യമാക്കിയിരുന്ന രാജ്യം? ഇക്കൂട്ടർ ഏതു പേരിൽ അറിയപ്പെട്ടു?*

മദ്ധ്യകാല യൂറോപ്പിൽ. ബുച്ചർ പോസ്റ്റുമാൻ

16. *ബ്രിട്ടനിൽ എന്നാണ് തപാൽ സമ്പ്രദായം തുടങ്ങിയത്*

1516 ൽ

17. *അവിടത്തെ പ്രഥമ പോസ്റ്റുമാൻ?*

ബ്രിയാൻ ട്യൂക്ക്

18. *ബ്രിട്ടനിൽ റോയൽ പോസ്റ്റ് എന്ന പേരിൽ തപാൽ സമ്പ്രദായം നവീകരിച്ചത് എന്നായിരുന്നു?*

1591 ൽ

19. *ആദ്യത്തെ തപാൽ നിയമം വന്നത് ഏതു വർഷമായിരുന്നു. അത് ആരുടെ ഭരണകാലത്തായിരുന്നു.*

1651 ൽ ഒലിവർ ക്രോംവെല്ലിന്റെ കാലത്ത്

20. *1650 കളിൽ സ്വന്തമായി പോസ്റ്റൽ സർവ്വീസ് ആരംഭിച്ച ധീരനായ വ്യാപാരി ആരായിരുന്നു!*

വില്യം ഡോക്റാ

21. *വില്യം ഡോക്റാ വികസിപ്പിച്ച പോസ്റ്റിന്റെ പേര്? എത്രയായിരുന്നു അതിന്റെ മൂല്യം?*

പെനിപോസ്റ്റ്. ഒരു പെനി.

22. *ബ്രിട്ടീഷ് സർക്കാർ സ്വന്തമായി ആരംഭിച്ച തപാൽ സമ്പ്രദായം ഏതാണ്?*

ലണ്ടൻ പെനി പോസ്റ്റ്.

23. *ലണ്ടനിൽ നാലു കുതിരകളെ പൂട്ടിയ കോച്ചിൽ തപാൽ വിതരണം നടത്തിയ തിയറ്റർ ഉടമ ആരാണ്?*

ജോൺ പാമർ

24. *തപാൽ വിതരണത്തിന് തീവണ്ടി പ്രയോജനപ്പെടുത്തിയ പ്രഥമ രാജ്യം?*

ബ്രിട്ടൻ

25. *ബെൽമാൻ, പോസ്റ്റ് ബോയ്, തപാൽ ശിപായി, എന്നീ പേരുകൾക്കു പകരം പോസ്റ്റുമാൻ എന്ന എകീകൃത നാമം നല്കിയ പ്രൊഫസർ ആരെന്നു പറയാമോ?*

ഹെന്റി ഫോസെറ്റ്. 1880 ൽ

26. *ലോകത്തുള്ള തപാൽ സമ്പ്രദായങ്ങളെ കോർത്തിണക്കിയതിനാൽ ലോകസാഹോദര്യത്തിന്റെ ശില്പി എന്നറിയപ്പെട്ടത് ആരാണ് എന്നു പറയാമോ?*

ഹെയ്ന്റിച്ച് വോൻ സ്റ്റീഫൻ

27. ലോക തപാലിന്റെ കൂട്ടായ്മയ്ക്കു തീരുമാനമായത് എന്ന്, എവിടെ വെച്ചാണ്?

1874 ഒക്ടോബർ 9 ന് സ്വിറ്റ്സർലണ്ടിലെ ബേണിൽ

28. എന്തായാണ് ഒക്ടോബർ 9 ലോകമാകെ ആചരിക്കുന്നത്?

ലോകതപാൽ ദിനം World Postal Day

29. ആരാണ് ലോക തപാലിന്റെ പിതാവ്?

ഹെയ്ന്റിച്ച് വോൻ സ്റ്റീഫൻ

30. ആരാണ് അമേരിക്കൻ തപാലിന്റെ പിതാവ്?

ബെഞ്ചമിൻ ഫ്രാങ്ക്ളിൻ

31. അമേരിക്കയിലെ ന്യൂസലേമിലെ പോസ്റ്റ് ഓഫീസിൽ പോസ്റ്റ് മാസ്റ്ററായിരുന്ന ഒരു അമേരിക്കൻ പ്രസിഡന്റും ലോകത്തുണ്ട്. ആരാണ് എന്നു പറായമോ?

എബ്രഹാം ലിങ്കൺ

32. ലോകത്ത് ആദ്യമായി തപാൽ പെട്ടി നിലവിൽ വന്നത് എവിടെയാണ്?

പാരീസിൽ 17-ാം നൂറ്റാണ്ടിൽ

33. ഇംഗ്ലണ്ടിൽ ഏതു പോസ്റ്റോഫീസിനു കീഴിലാണ് ആദ്യമായി പോസ്റ്റ് ബോക്സ് സ്ഥാപിതമായത്. ഏതു വർഷം?

വുഡ് സ്ട്രീറ്റ് പോസ്റ്റോഫീസിൽ, 1809 ൽ

34. ഇന്ത്യയിലെ തപാൽ പെട്ടിയുടെ നിറം ചുവപ്പാണ്. എന്നാൽ മഞ്ഞ നിറത്തിലുള്ള തപാൽ പെട്ടികളും ലോകത്തുണ്ട് ഏതെല്ലാം രാജ്യങ്ങളിലാണ് മഞ്ഞപ്പെട്ടികൾ നിലവിലുള്ളത്?

ഫ്രാൻസ്, ഓസ്ട്രിയ, ജർമ്മനി, ഗ്രീസ്, സ്പെയ്ൻ, സ്വീഡൻ, സ്വിറ്റ്സർലന്റ്

35. സ്റ്റാമ്പുകളെക്കുറിച്ചുള്ള പഠനവും ശേഖരണവുമാണല്ലോ ഫിലാറ്റലി എന്ന പദം കൊണ്ടർത്ഥമാക്കുന്നത്. ഫിലാറ്റലിക്കുമുമ്പ് മറ്റൊരു പദമാണ് ഈ വിഷയത്തിൽ ഉപയോഗിച്ചിരുന്നത്. ഏതാണാ പദം?

ടിം ബ്രൊമാനിയ

2

ഇന്ത്യൻ തപാലിന്റെ കഥ

തപാലിന്റെ കാര്യത്തിൽ ഇന്ത്യയും ഒന്നാം നിരയിൽത്തന്നെയാണ്. ലോകത്തുതന്നെ ഇക്കാര്യത്തിന്റെ ക്രിയാത്മകമായി പ്രവർത്തിക്കുന്നു അത്. ഒന്നര ലക്ഷത്തിലേറെയാണ് ഇന്ത്യയിലെ തപാലാപ്പീസുകളുടെ ഏകദേശ കണക്ക്. ലോകത്ത് ഒരു രാജ്യത്തുമില്ല ഇത്രയേറെ തപാലാപ്പീസുകൾ! മരുഭൂമിയിൽപ്പോലും അന്റാർട്ടിക്കയിലും ഇന്ത്യൻ പോസ്റ്റലിന്റെ സാന്നിദ്ധ്യമുണ്ട് എന്നറിയാമോ? കേൾക്കൂ, തപാൽ രംഗത്തെ നമ്മുടെ പെരുമകൾ

1. *ആരുടെ ഭരണകാലത്താണ് ഇന്ത്യയിലെ തപാൽ സമ്പ്രദായത്തിന്റെ ആരംഭം എന്നു കരുതുന്നത്?*

   ബി സി 322 ലെ ചന്ദ്രഗുപ്തമൗര്യന്റെ ഭരണകാലത്ത്

2. *ബ്രിട്ടീഷിന്ത്യയിൽ തപാൽ സമ്പ്രദായം നിലവിൽ വന്നത് ആരുടെ കാലത്തായിരുന്നു?*

   1766 ൽ റോബർട്ട് ക്ലൈവിന്റെ ഭരണകാലത്ത്

3. *ഇന്ത്യയിലെ പ്രഥമ പോസ്റ്റാഫീസ് എന്ന് എവിടെയാണ് സ്ഥാപിതമായത്.*

   കൽക്കത്തയിൽ 1774 മാർച്ച് 31 ന്

4. *ആദ്യകാലങ്ങളിൽ കത്തയയ്ക്കാൻ ഈടാക്കിയിരുന്ന കൂലി എത്രയായിരുന്നു എത്ര ദൂരത്തേക്ക് എത്രയായിരുന്നു തൂക്കം?*

   രണ്ടണ തൂക്കം രണ്ടര തോല. സഞ്ചരിക്കുന്ന ദൂരപരിധി നൂറു നാഴിക.

5. *1854 ലെ ഇംപീരിയിൽ തപാൽ നിയമം കൊണ്ടുവന്നത് ആരായിരുന്നു?*

ഡൽഹൗസി പ്രഭു

6. *ഡൽഹൗസി പ്രഭു തപാൽ മേഖലയിൽ കൊണ്ടുവന്ന പ്രധാന പരിഷ്കാരം എന്തായിരുന്നുവെന്നു പറയാമോ?*

ബ്രിട്ടീഷ് ഇന്ത്യൻ തപാലിനെ ഒരു ഡയറക്ടർ ജനറലിന്റെ കീഴിൽ കൊണ്ടുവന്നു.

7. *റിലേ പോസ്റ്റ് സിസ്റ്റം ഇന്ത്യയിൽ നടപ്പിലാക്കിയത് ആരായിരുന്നു ഏതു വർഷം?*

സുൽത്താൻ അലാവുദ്ദീൻ ഖിൽജി. 1269 ൽ

8. *അഫ്ഗാനിലെ ഒരു ഭരണാധികാരിയും സിന്ധിൽനിന്ന് ബംഗാൾ വരെ നീണ്ടുകിടക്കുന്ന ഗ്രാന്റ് ട്രങ്ക് റോഡിൽ റിലേ പോസ്റ്റ് സമ്പ്രദായം ഏർപ്പെടുത്തിയിരുന്നു ആര്?*

ഷെർഷാസൂരി

9. *1846 നും 1804 നുമിടയിൽ ഡൽഹി അലഹബാദ് മേഖലകളിൽ പോസ്റ്റൽ ബാഗുകൾ കൊണ്ടുപോയിരുന്നത് എങ്ങനെയായിരുന്നു?*

കാളവണ്ടികൾ മുഖേന

10. *ആദ്യകാലങ്ങളിൽ ഇന്ത്യയിലേക്കുള്ള തപാൽ സ്റ്റാമ്പുകൾ അച്ചടിച്ചിരുന്നത് ഏതു കമ്പനിയായിരുന്നു?*

ലണ്ടനിലെ Thomas De La Rue Sco

11. *ഇന്ന് ഇന്ത്യയിലെ പോസ്റ്റൽ സംബന്ധമായ അച്ചടി ജോലികൾ നിർവ്വഹിക്കുന്നത് ഏതു പ്രസിലാണ്?*

1926 ൽ ആരംഭിച്ച ഇന്ത്യാ സെക്യൂരിറ്റി പ്രസ്. നാസിക്

12. *ഇന്ത്യൻ പോസ്റ്റൽ ഡിപ്പാർട്ട്മെന്റ് സ്ഥാപിതമായത് എന്നാണ്?*

1854 ൽ

13. *1837 ൽ ശ്രദ്ധേയമായ ഒരു നിയമവും രാജ്യത്തുണ്ടായിട്ടുണ്ട്. ഏത്?*

ഇന്ത്യൻ പോസ്റ്റോഫീസ് ആക്ട്

14. *ഭാഗികമായി ഭാരതത്തിൽ തപാൽ സ്റ്റാമ്പ് പുറത്തിറക്കിയത് എന്ന് എവിടെയായിരുന്നു?*

1852 ജൂലൈ 1 ന് സിന്ധിൽ (ഇന്ന് പാകിസ്ഥാനിൽ)

15. *ഭാരതത്തിലെ ഈ ചുവന്ന സ്റ്റാമ്പിന് എന്തായിരുന്നു പേര് വിളിച്ചിരുന്നത്?*

സിന്ധ് ഡാക്ക്

16. *ഈസ്റ്റിന്ത്യാ കമ്പനി ഭാരതത്തിനുവേണ്ടി ആദ്യമായി തപാൽ സ്റ്റാമ്പിറക്കിയത് ഏതു വർഷമായിരുന്നു?*

1854 ൽ

17. *ഇന്ത്യ സ്വാതന്ത്ര്യം നേടുന്നതുവരെ ഈസ്റ്റിന്ത്യാ കമ്പനി ആരുടെയൊക്കെ ചിത്രങ്ങൾ വെച്ചാണ് സ്റ്റാമ്പ് അടിച്ചിറക്കിയിരുന്നത്*

വിക്ടോറിയാ രാജ്ഞി, എഡ്വേർഡ് ഏഴാമൻ, ജോർജ്ജ് ആറാമൻ

8. *ലോകത്തിലാദ്യമായി കത്തുകൾ വിമാനമാർഗ്ഗം മേൽവിലാസക്കാരനെ തേടിച്ചെന്ന രാജ്യം ഏതാണെന്നു പറയാമോ?*

ഇന്ത്യ (1911 ഫെബ്രുവരി 18ന്)

19. *കേരളത്തിൽ ആദ്യമായി വിമാനമിറങ്ങിയ അന്നുതന്നെ തിരുവിതാംകൂറിൽ വിതരണം ചെയ്യേണ്ട 50 കത്തുകൾ അടങ്ങിയ തപാൽ സഞ്ചി കൂടിയുണ്ടായിരുന്നു എന്നായിരുന്നു ആ കന്നിപ്പറന്നിറക്കം?*

1935 ഒക്ടോബർ 29 ന് (ബോംബെയിൽനിന്ന് തിരുവനന്തപുരത്തേക്ക്)

20. *സ്റ്റാമ്പു ചെയ്ത കാർഡുകൾ എന്നാണ് ഇന്ത്യയിൽ നിലവിൽ വന്നത്?*

1856 ൽ

21. *യൂണിവേഴ്സൽ പോസ്റ്റൽ യൂണിയനിൽ ഏതു വർഷമാണ് ഇന്ത്യ അംഗമായത്?*

1876 ൽ

22. *ആദ്യമായി എയർമെയിൽ സ്റ്റാമ്പു പുറത്തിറക്കിയ കോമൺവെൽത്ത് രാജ്യം ഏത് എന്നു പറയാമോ?*

ഇന്ത്യ

23. *തപാലാപ്പീസുകൾ നവീകരിക്കുന്നതിന്റെ ഭാഗമായി 2008 ൽ ഒരു പദ്ധതിക്കു തുടക്കം കുറിക്കുകയുണ്ടായി. ഏതാണാ പദ്ധതി?*

പ്രോജക്ട് ആരോ പ്രോഗ്രാം

24. *ഇന്ത്യൻ പോസ്റ്റൽ സർവ്വീസ് ഏതു വർഷമാണ് മണിയോർഡർ (Mo) സമ്പ്രദായം തുടങ്ങിയത്?*

1880 ൽ

25. *ഗ്രാമീണ ജനതയ്ക്ക് വളരെയേറെ ഗുണപ്രദമാകുന്ന ഒരു പദ്ധതിക്ക് ഇന്ത്യൻ പോസ്റ്റൽ സർവ്വീസ് 1882 ൽ ആരംഭിച്ചു. ഏതാണെന്നു പറയാമോ?*

സേവിങ് ബാങ്ക് പദ്ധതി

26. *പോസ്റ്റൽ ലൈഫ് ഇൻഷുറൻസ് എന്നാണ് തപാൽ ആപ്പീസുകൾ വഴി സൗകര്യപ്പെട്ടുതുടങ്ങിയത്?*

1884 ൽ

27. *തപാൽ സംവിധാനം കൂടുതൽ കാര്യക്ഷമമാക്കാനുള്ള ഒരു സൂത്ര വിദ്യയായ ആറക്ക സംഖ്യക്ക് പറയുന്ന പേര്?*

PIN. Postal Index Number. 1872 ൽ ആരംഭിച്ചു

28. *പിൻകോഡ് എന്ന ആറക്കനമ്പരിൽ പോസ്റ്റോഫീസുകളെ സൂചിപ്പിക്കുന്നത് എത്രാമത്തെയാണ്?*

അഞ്ചാമത്തെയും ആറാമത്തെയും

29. *ഇന്ത്യയിൽ എത്ര പോസ്റ്റൽ സോണുകളാണ് ഉള്ളത്?*

എട്ട്

30. *പിൻകോഡ് സമ്പ്രദായത്തിൽ 9 ൽ ആരംഭിക്കുന്നത് ഏതു സോൺ ആണ്?*

ആർമി പോസ്റ്റൽ ഓഫീസ് FPO (ഫീൽഡ് പോസ്റ്റ് ഓഫീസ്)

31. *പിൻകോഡു സമ്പ്രദായമനുസരിച്ച് 6 ൽ തുടങ്ങുന്നതാണ് കേരളത്തിന്റേത്. മറ്റേതൊക്കെ സംസ്ഥാനങ്ങൾ 6 ൽ തുടങ്ങുന്നു?*

തമിഴ്നാട്, ലക്ഷദ്വീപ്, പോണ്ടിച്ചേരി ഈസ്റ്റേൺ

32. *1964 ൽ ഇന്ത്യൻ തപാൽ സർവ്വീസ് മഹത്തായ ഒരു പോസ്റ്റൽ ഗ്രൂപ്പിൽ അംഗമായി. ഏതാണാ കൂട്ടായ്മ?*

APPU- ഏഷ്യൻ പസഫിക് പോസ്റ്റൽ യൂണിയൻ

33. *ആറക്ക പിൻകോഡിന്റെ ആദ്യത്തെ രണ്ടക്കങ്ങൾ കൊണ്ടുതന്നെ ഏതു സംസ്ഥാനത്തേക്കാണ് എന്നറിയാൻ കഴിയുന്ന വിദ്യയുണ്ട്. ഇതിൽ കേരളത്തിന്റെ രണ്ടക്കങ്ങൾ ഏതൊക്കെയാണ്*

67 മുതൽ 69 വരെ.

34. *തപാലാപ്പീസുകളിൽ കമ്പിത്തപാൽ എന്നാണ് നിർത്തലാക്കിയത്*

2013 ജൂലൈ 15 ന്?

3

തപാൽ സ്റ്റാമ്പുകൾ

ആയിരത്തിയെണ്ണൂറ്റി നാല്പത് മെയ് 1 വെള്ളിയാഴ്ച

ലോകതപാൽ സമ്പ്രദായത്തിന്റെ ചരിത്രത്തിൽ ഒരിക്കലും മറക്കാനാവാത്ത ഒരു തീയതിയാണിത്. ലോകത്തെ പ്രഥമ തപാൽ സ്റ്റാമ്പായ പെനിബ്ലാക്ക് ഈ ദിവസമാണ് ലണ്ടനിലെ രാജകൊട്ടാരത്തിൽ സമർപ്പിക്കപ്പെട്ടത്. മെയ് 6 ന് കൊട്ടാരം വൃത്തങ്ങൾ അത് അംഗീകരിച്ച് തപാലാപ്പീസുകൾ വഴി വിതരണം ചെയ്യാൻ അനുമതിയും നല്കപ്പെട്ടു. തപാൽ സ്റ്റാമ്പുകളുടെ പിതാവായ സർ റോളണ്ട് ഹില്ലിന്റെ പരിശ്രമം അങ്ങനെ സാർത്ഥകമായി. പിന്നീടങ്ങോട്ട് എത്രയെത്ര രാജ്യങ്ങൾ സ്റ്റാമ്പുകളിറക്കി. പല രീതിയിലും ആകൃതിയിലും വലുപ്പത്തിലും വിലയിലുമുള്ള സ്റ്റാമ്പുകൾ എട്ടേകാൽ കോടി രൂപയോളംവരെ വിലയുള്ള (മൂല്യം) തപാൽ സ്റ്റാമ്പു വരെ ലോകത്തുണ്ട് എന്നറിയുമ്പോൾ നമ്മൾ അതിശയിച്ചു പോകുന്നു.

1. *തപാൽ സ്റ്റാമ്പ് ആദ്യമായി നിലവിൽ വന്നത് എവിടെ?*

   ബ്രിട്ടനിൽ

2. *സർ റോളണ്ട് ഹിൽ രചിച്ച തപാൽ സംബന്ധിയായ ഗ്രന്ഥം ഏതാണ്?*

   പോസ്റ്റോഫീസ് റിഫാം തപാൽ പരിഷ്കരണം (1837 ൽ)

3. *ഹില്ലിന്റെ ഗ്രന്ഥത്തിൽ ഊന്നിപ്പറഞ്ഞിരിക്കുന്ന രണ്ട് കാര്യങ്ങൾ ഏതൊക്കെയെന്നു പറയാമോ?*

   1. എല്ലാ ഉരുപ്പടികൾക്കും ഒരു നിശ്ചിത തപാൽക്കൂലി മുൻകൂറായി അടച്ചിരിക്കണം.

   2. തുക ഈടാക്കിയതിനു തെളിവായി ഒരു മുദ്ര ഉരുപ്പടിയിൽ ഒട്ടിച്ചു വെച്ചിരിക്കണം.

4. *പെനിബ്ലാക്ക് എന്ന ആദ്യ സ്റ്റാമ്പിൽ ആരുടെ പടമാണ് ആലേഖനം ചെയ്തിരിക്കുന്നത്?*

വിക്ടോറിയാ രാജ്ഞിയുടെ പടം

3. *പ്രഥമ സ്റ്റാമ്പിൽ പിണഞ്ഞ ഒരു അബദ്ധം ഇന്നും ആ രാജ്യം പിന്തുടരുന്നു. എന്താണാ അബദ്ധം?*

രാജ്യത്തിന്റെ പേരു ചേർക്കാൻ വിട്ടുപോയി.

6. *പെനിബ്ലാക്കിൽ സൂചിപ്പിക്കുന്ന പെനി എന്താണ്?*

ഒരു ഷില്ലിങ്ങിന്റെ പന്ത്രണ്ടിൽ ഒരു ഭാഗം

7. *പെനിബ്ലാക്കിനു ശേഷം ബ്രിട്ടൻ പുറത്തിറക്കിയ മറ്റ് സ്റ്റാമ്പുകൾ ഏതെല്ലാമായിരുന്നു?*

ബ്ലൂ പെനി, റെഡ് പെനി

8. *ബ്രിട്ടന് ശേഷം തപാൽ സ്റ്റാമ്പു പുറത്തിറക്കിയത് ഏതു രാജ്യമായിരുന്നു? ഏതു വർഷമായിരുന്നു അത്?*

ബ്രസീൽ 1843 ൽ

9. *ഭാരതത്തിലെ സിന്ധ് പ്രവിശ്യയിൽ ഭാഗികമായ പ്രദേശങ്ങളിലേക്കു മാത്രമായി തപാൽ സ്റ്റാമ്പ് പുറത്തിറക്കിയ ബ്രിട്ടീഷ് ഗവർണർ ആരായിരുന്നു?*

ബാർട്ടലി ഫെറി

10. *സിന്ധ് ഡാക്ക് എന്ന തപാൽ സ്റ്റാമ്പിൽ ഏതു ചിത്രമാണ് ആലേഖനം ചെയ്തിരുന്നത്?*

ഈസ്റ്റിന്ത്യാ കമ്പനിയുടെ മുദ്രയായ അമ്പും വില്ലും.

11. *സ്വാതന്ത്ര്യാനന്തരം ഇന്ത്യയിൽ തപാൽ സ്റ്റാമ്പ് ഏതു ദിവസമാണ് ഏതു ചിത്രത്തോടെയാണ് പുറത്തിറക്കിയത്? മൂല്യം?*

1947 നവംബർ 21 ന് മൂന്നര അണ മൂല്യമുള്ള സ്റ്റാമ്പ് പാറിപ്പറക്കുന്ന ദേശീയ പതാകയായിരുന്നു മുദ്രണം.

12. *ഇന്ത്യയുടെ ആദ്യത്തെ അനുസ്മരണ സ്റ്റാമ്പ്. ആരുടെ ചിത്രത്തോടെയാണ് പുറത്തിറങ്ങിയത്?*

മഹാത്മാഗാന്ധിയുടെ (1948 മെയ് 29ന്)

13. *ബ്രിട്ടന്റെ സ്റ്റാമ്പിൽ പ്രത്യക്ഷപ്പെട്ട പ്രഥമ ഇന്ത്യക്കാരൻ ആരായിരുന്നുവെന്നു പറയാമോ?*

മഹാത്മാഗാന്ധി

14. *ഇന്ത്യയിലെ ആദ്യത്തെ കമമ്മറേറ്റീവ് സ്റ്റാമ്പ് എന്നാണ് പുറത്തിറക്കിയത്? അതിന്റെ മൂല്യം എത്രയായിരുന്നു?*

2011 ഫെബ്രുവരി 12 ന്. 250 രൂപ

5. *നെഹ്റുവിന്റെ പടമുള്ള തപാൽ സ്റ്റാമ്പ് ആദ്യമായി എന്നാണ് പുറത്തിറങ്ങിയത്? അതിന്റെ വില?*

1964 ജൂൺ 12 ന് 15 പൈസയായിരുന്നു മൂല്യം.

16. *ലോക തപാൽ ചരിത്രത്തിൽ ഏറ്റവും കുറച്ച് (100 എണ്ണം) പുറത്തിറക്കിയ തപാൽ സ്റ്റാമ്പ് ആരുടേതായിരുന്നു? എന്നാണ് അത് പുറത്തിറങ്ങിയത്?*

1948 ആഗസ്ത് 15 ന് മഹാത്മജിയുടെ പടമുള്ള സ്റ്റാമ്പ്

17. *സർവ്വീസ് എന്ന മുദ്രയുള്ള മഹാത്മജി സ്റ്റാമ്പ് 2007 ഒക്ടോബർ 5 ന് നടന്ന ഒരു ലേലത്തിൽ എത്ര മൂല്യത്തിനാണ് വിറ്റുപോയത്?*
38000 യൂറോവിന്. ഡേവിഡ് ഫെൽഡ്മാൻ എന്ന ഫിലാറ്റലിസ്റ്റ്

18. *ഒരു കുടുംബത്തിലെ ഏഴുപേരെ സ്റ്റാമ്പിലൂടെ ആദരിച്ച പെരുമയും ഇന്ത്യൻ തപാലിനുമാത്രം അവകാശപ്പെട്ടതാണ്. ഏതാണാ കുടുംബം?*
നെഹ്റു കുടുംബം.

19. *നെഹ്റു കുടുംബത്തിൽനിന്ന് എത്ര പേരെയാണ് തപാൽ സ്റ്റാമ്പിനാൽ ആദരിക്കപ്പെട്ടിട്ടുള്ളത്? അവർ ആരൊക്കെയെന്നു കൂടി പറയാമോ?*
മോത്തിലാൽ, നെഹ്റു, കമലാ നെഹ്റു, സഞ്ജയ് ഗാന്ധി, ഇന്ദിരാ ഗാന്ധി, രാജീവ് ഗാന്ധി, വിജയലക്ഷ്മി പണ്ഡിറ്റ്

20. *ദമ്പതിമാരുടെ ചിത്രം ഏറ്റവും കൂടുതൽ പ്രത്യക്ഷപ്പെട്ടിട്ടുള്ളത് ഏതു രാജ്യത്തെ സ്റ്റാമ്പുകളിലാണ്?*
ബ്രിട്ടന്റെ

21. *ലോകത്ത് ഇന്നോളമിറങ്ങിയതിൽവെച്ച് ഏറ്റവും ചെറിയ സ്റ്റാമ്പു പുറത്തിറക്കിയത് ഏതു രാജ്യമാണ്? എത്രയാണാ സ്റ്റാമ്പിന്റെ വലുപ്പം?*
കൊളംബിയ. 9.5 മില്ലീമീറ്റർ നീളം. 8 മില്ലീമീറ്റർ വീതി.

22 *സ്റ്റാമ്പുകളിൽ ഏറ്റവും വലിയതിറക്കിയത് ഏതു രാജ്യമാണ്? എത്രയാണ് അതിന്റെ വലുപ്പം?*
ചൈന. 9.75 ഇഞ്ച് നീളം, 275 ഇഞ്ച് വീതി.

23. *ത്രികോണാകൃതിയിലുള്ള തപാൽ സ്റ്റാമ്പ് ആദ്യമായി പുറത്തിറക്കിയത് ഏതു രാജ്യമാണ്? എന്നായിരുന്നു അത്?*
കേപ്പ് ഓഫ് ഗുഡ് ഹോപ്പിൽ— 1953 ൽ

24. *വിവിധാകൃതിയിലുള്ള സ്റ്റാമ്പുകൾ പല രാജ്യങ്ങളും പരീക്ഷണാർത്ഥം പുറത്തിറക്കിയിരുന്നു. പിന്നീട് ഇവ നിർത്തിവെച്ചു. എന്തായിരുന്നു കാരണം?*
കൈമാറ്റത്തിന് ബുദ്ധിമുട്ടും സമയനഷ്ടവും

25. *ഒരു രാജ്യം അതിന്റെ ദേശീയ ദിനത്തോടനുബന്ധിച്ച് സ്വർണ്ണനിറത്തിലുള്ള സ്റ്റാമ്പ് പുറത്തിറക്കുകയുണ്ടായി. ഏതാണാ രാജ്യം? ഏതു വർഷമായിരുന്നു അത്?*
ഒമാൻ. 1990 ൽ

26. *നൃത്തം ചെയ്യുന്ന ഒരു പെൺകുട്ടിയുടെ ത്രീഡിയിലുള്ള സ്റ്റാമ്പിറക്കി ലോകത്തെ വിസ്മയിപ്പിച്ച രാജ്യം ഏതായിരുന്നു? എന്നായിരുന്നു?*
തായ്‌ലന്റ് 2010 ൽ

27. *സുഗന്ധവാഹിയായ സ്റ്റാമ്പ് പുറത്തിറക്കിയ രാജ്യങ്ങളും ലോകത്തുണ്ട്. ആദ്യമായി ഈ രീതി പരീക്ഷിച്ചത്?*
ഭൂട്ടാൻ 1973 ൽ

28. *ഇന്ത്യയുടെ പ്രഥമ സുഗന്ധ സ്റ്റാമ്പിന്റെ മൂല്യം എത്രയായിരുന്നു? എന്നാണ് അത് പുറത്തിറക്കിയത്?*

15 രൂപ. ആനച്ചിത്രമുള്ള ആ സ്റ്റാമ്പ് 2006 ഡിസംബർ 13 ന്

29. *ഗ്രാമഫോൺ റെക്കോർഡിന്റെ രൂപത്തിൽ സ്റ്റാമ്പിറക്കി ലോക ത പാലിനെ വിസ്മയിപ്പിച്ച രാജ്യം ഏതായിരുന്നു? എന്താണിതിന്റെ പ്രത്യേകത എന്നു കൂടി പറയാമോ?*
ഭൂട്ടാൻ (ഗ്രാമഫോണിലിട്ടാൽ ഭൂട്ടാൻ ദേശീയ ഗാനം കേൾക്കാം)

30. *ചോക്ലേറ്റിന്റെ കൊതിയൂറും മണവും ആകൃതിയുമായി ഒരു രാജ്യം തങ്ങളുടെ സ്റ്റാമ്പിറക്കുകയുണ്ടായി. ആ രാജ്യംതന്നെയാണ് ചോക്ലേറ്റുല്പാദനത്തിന്റെ കാര്യത്തിൽ മുൻപന്തിയിൽ നില്ക്കുന്നതും ഏതാണ് രാജ്യം.*
സ്വിറ്റ്സർലന്റ് (2001 ൽ)

31. *ക്രിസ്തുമസുമായി ബന്ധപ്പെട്ട സ്റ്റാമ്പ് ആദ്യമായി പുറത്തിറക്കിയത് ഏതു രാജ്യമായിരുന്നു*
ഡെൻമാർക്ക് (1904 ൽ)

32. *ഒരു വിഷയം തന്നെ രണ്ടു വ്യത്യസ്ത ചിത്രങ്ങളിൽ പരസ്പരം ബന്ധപ്പെട്ട് ഇരട്ടകളായും സ്റ്റാമ്പുകൾ പുറത്തിറങ്ങാറുണ്ട്. ഇത്തരം സ്റ്റാമ്പുകൾക്കു പറയുന്ന പേര്?*
സെറ്റ്നെന്റ് സ്റ്റാമ്പുകൾ

33. *2001 ഒക്ടോബർ 17 ന് പുറത്തിറക്കിയ (ഇന്ത്യൻ പോസ്റ്റൽ) 4 സെറ്റ്നെന്റ് സ്റ്റാമ്പുകളുടെ വിഷയം കുട്ടിക്കഥകളായിരുന്നു ഏതു ഭാരതീയ ഗ്രന്ഥത്തെ ആസ്പദമാക്കിയായിരുന്നു ഈ സ്റ്റാമ്പുകൾ?*
പഞ്ചതന്ത്രകഥകൾ

34. *വില്പനമാത്രം ലക്ഷ്യം വെച്ച് പുറത്തിറക്കുന്ന സ്റ്റാമ്പുകൾ ഏതു പേരിലാണ് അറിയപ്പെടുന്നത്?*
ഡെഫെനേറ്റീവ് സ്റ്റാമ്പ്സ്

35. *ഡെഫെനേറ്റീവ് സ്റ്റാമ്പുകളിൽ ഇന്ത്യ ഇറക്കിയ ഏറ്റവും മൂല്യം കുറഞ്ഞത് ഏതാണ്?*
ഒരു പൈസ വിലയുള്ള ഭൂപട സീരീസ് സ്റ്റാമ്പുകൾ (1957 ൽ)

36. *കൂടുതൽ ഭംഗിയുള്ള നല്ല കടലാസിലും ഒരു തവണ മാത്രം അച്ചടിക്കുന്ന സ്റ്റാമ്പുകളും ലോകത്തിലെ സകല രാജ്യങ്ങളും പുറത്തിറക്കാറുണ്ട്. ഈ സ്റ്റാമ്പുകൾക്ക് പറയുന്ന പേര്?*
കമമ്മറേറ്റീവ് സ്റ്റാമ്പ്സ്

37. *കമമ്മറേറ്റീവ് സ്റ്റാമ്പുകൾ ആദ്യമായി പുറത്തിറക്കിയത് ഏതു രാജ്യമായിരുന്നു?*
ദമേനിയ

38. *ഇന്ത്യൻ തപാൽ പുറത്തിറക്കിയ മൂല്യം കൂടിയ കമമ്മറേറ്റീവ് സ്റ്റാമ്പ് ആരുടേതായിരുന്നു? അതിന്റെ വില?*
മഹാത്മാഗാന്ധിയുടെ 250 രൂപ

39. *ഇന്ത്യക്കു സ്റ്റാമ്പുകളിൽ (കമമ്മറേറ്റീവ്) മൂല്യം കുറഞ്ഞതോ?*
9 പൈസയുടെ 1952 ൽ (Saint and poets - Kabir)

4

അശ്രദ്ധ ഹൈലൈറ്റായ സ്റ്റാമ്പുകൾ

ഒരു സ്റ്റാമ്പിന്റെ മൂല്യം വർദ്ധിക്കുന്നത് സ്റ്റാമ്പിന്റെ മനോഹാരിത കൊണ്ടായിരിക്കില്ല. മറിച്ച് അധികൃതരുടെ അശ്രദ്ധയോ അജ്ഞതയോ അച്ചടിത്തകരാറുകളോ, വിഷയം സംബന്ധിച്ചുള്ള അറിവില്ലായ്മയോ കൊണ്ട് ശ്രദ്ധിക്കപ്പെട്ടതുകൊണ്ടാണ്. അക്ഷരപ്പിശകുകൾ, ചിത്രങ്ങൾ തല കീഴായി അച്ചടിക്കുക, വർഷങ്ങളിൽ തെറ്റുണ്ടാവുക, വർഷമോ വിലയോ രേഖപ്പെടുത്താതിരിക്കൽ, സ്റ്റാമ്പിൽ പറഞ്ഞ വ്യക്തിയെക്കുറിച്ചോ സംഭ വത്തെക്കുറിച്ചോ തെറ്റായ വിവരം രേഖപ്പെടുത്തൽ, ഗുണനിലവാരമി ല്ലാത്ത മഷിയും കടലാസും ഉപയോഗിച്ചതു മൂലമുള്ള പ്രശ്നങ്ങൾ തുടങ്ങി നിർമ്മാണ പ്രക്രിയയിൽ സംഭവിക്കുന്ന ഏറ്റക്കുറച്ചിലുകൾക്കനുസരിച്ച് സ്റ്റാമ്പുകളുടെ മൂല്യം നാൾക്കുനാൾ വർദ്ധിക്കുകയാണു ചെയ്യുക. അത്തരം സ്റ്റാമ്പുകളെക്കുറിച്ചുള്ള ചോദ്യോത്തരങ്ങൾ ഇനി വായിച്ചു മനസ്സിലാക്കാം.

1. *തലകീഴായി പറക്കുന്ന ഒരു വിമാനം 1869 ൽ പ്രശസ്തമായ ഒരു രാജ്യം പുറത്തിറക്കുകയുണ്ടായി. ഏതാണാ രാജ്യം പറയാമോ? ആ സ്റ്റാമ്പിന്റെ മൂല്യം എത്രയായിരുന്നു?*

   അമേരിക്ക. വില 24 സെന്റ്

2. *1903 ൽ സെന്റ് കിറ്റ്സ് പുറത്തിറക്കിയ സ്റ്റാമ്പിൽ കൊളംബസായി രുന്നു പ്രതിപാദ്യം. ഈ സ്റ്റാമ്പിലെ അബദ്ധം എന്തായിരുന്നു?*

   കൊളംബസ് ടെലസ്കോപ്പിലൂടെ നോക്കുന്നു. അക്കാലത്ത് ടെല സ്കോപ്പ് കണ്ടുപിടിച്ചിരുന്നില്ല.

3. *Post Paid എന്നതിനുപകരം Post Office ആണ് അച്ചടിച്ചതുമൂലം ശ്രദ്ധേയമായ ഒരു സ്റ്റാമ്പും ലോകത്തുണ്ടായിട്ടുണ്ട് ഏതാണാ രാജ്യം?*

മൗറീഷ്യസ് (1847 ൽ)

4. *ഇന്ത്യയെ സ്നേഹിച്ച ബ്രിട്ടീഷുകാരിയായിരുന്നല്ലോ ആനിബസന്റ് ഇവരുടെ ജനനവർഷം 1847 ആണ്. എന്നാൽ ജനനവർഷം 1837 എന്ന് സ്റ്റാമ്പിൽ അച്ചടിച്ച ഒരു രാജ്യമുണ്ട്. ഏതാണാ രാജ്യം എന്നു പറയാമോ?*

ഇന്ത്യ (1963 ഒക്ടോബറിൽ ഇറങ്ങിയ സ്റ്റാമ്പിൽ)

5. *അർജ്ജുനന്റെ തേരാളിയാണ് കൃഷ്ണൻ. എന്നാൽ ഇന്ത്യ പുറത്തിറക്കിയ ഒരു സ്റ്റാമ്പിൽ കൃഷ്ണനെ തേരാളിയാക്കുന്നതിനു പകരം അമ്പെയ്യുന്ന വിധത്തിൽ ചിത്രീകരിക്കുകയുണ്ടായി. ഏതു സ്റ്റാമ്പിലായിരുന്നു ഈ അബദ്ധം പിണഞ്ഞത്?*

1982 ൽ ഡൽഹിയിൽ നടന്ന ഒൻപതാം ഏഷ്യൻ ഗെയിംസിന്റെ സ്മാരകമായി പുറത്തിറക്കിയ സ്റ്റാമ്പിൽ

6. *Cannonisation എന്ന വാക്കിനു പകരം Cannonization എന്ന പുതിയൊരു വാക്ക് അച്ചടിച്ചത് ശ്രദ്ധേയമായ കഥയും ഇന്ത്യൻ പോസ്റ്റൽ സർവ്വീസിൽ ഉണ്ടായിട്ടുണ്ട്. 2008 നവംബർ 16 ന് പുറത്തിറക്കിയ ഈ സ്റ്റാമ്പിൽ ആരുടെ പടമാണ് ഉണ്ടായിരുന്നത്?*

അൽഫോൺസാമ്മയുടെ

7. *വിലയും രാജ്യത്തിന്റെ പേരും ചേർക്കാൻ വിട്ടുപോയ സ്റ്റാമ്പുകളും 2004 ൽ ഇന്ത്യ പുറത്തിറക്കിയിരുന്നു. ഈ സ്റ്റാമ്പ് ഏതു വിശേഷാവസരത്തിലാണ് പുറത്തിറക്കിയത്?*

ഇന്ത്യയും ഇറാനും തമ്മിലുള്ള നയതന്ത്രബന്ധം ഒന്നുകൂടി ദൃഢമാക്കുന്നതിന്റെ മുന്നോടിയായി പുറത്തിറക്കിയ സ്റ്റാമ്പിൽ.

8. *മഷി പടർന്നുപിടിച്ച ഒരു അൽഫോൺസാ സ്റ്റാമ്പും പുറത്തിറങ്ങിയിട്ടുണ്ട്. ഈ സ്റ്റാമ്പിന്റെ മൂല്യം എത്രയായിരുന്നു.*

15 രൂപ.

9. *സ്റ്റാമ്പുകൾ കീറിയെടുക്കുന്നതിനുള്ള പെർഫെറേഷൻ (അരിമ്പുകൾ) സംവിധാനത്തിൽ പിശകു പറ്റിയ പൂമ്പാറ്റച്ചിത്രമുള്ള തപാൽ സ്റ്റാമ്പ് എന്നാണ് ഇന്ത്യയിൽ പുറത്തിറങ്ങിയത്?*

2008 ജനുവരി 2 ന്

10. *2011 ഫെബ്രുവരി 11 ന് ഇന്റിപെക്സിനോടനുബന്ധിച്ച് പുറത്തിറങ്ങിയ മഹാത്മജി ചിത്രമുള്ള സ്പെഷ്യൽ കമമ്മറേറ്റീവ് സ്റ്റാമ്പ് എന്തിലാണ് ചിത്രം അച്ചടിച്ചിരുന്നത്?*

ഖാദി തുണിയിൽ

11. *പ്രിൻസിലിസ്റ്റേറ്റ്സ് എന്ന പേരിൽ 2010 ൽ ഇന്ത്യൻ തപാൽ വകുപ്പ്*

പുറത്തിറക്കിയ മിനിയേച്ചർഷീറ്റിലുണ്ടായിരുന്നു അബദ്ധങ്ങൾ. എന്തായിരുന്നു അവ?

പെർപ്പറേഷൻ തെറ്റായി സജ്ജീകരിച്ചു.

ഇങ്ങനെ സ്റ്റാമ്പുകൾ മുറിച്ചെടുക്കുമ്പോൾ അവയുടെ മുകളറ്റം നഷ്ടപ്പെടും.

ഇങ്ങനെ നഷ്ടപ്പെടുന്ന ഭാഗത്താണ് 'കൊച്ചിൻ അഞ്ചൽ' എന്നുള്ള മലയാള വാക്കുകൾ

12. *സ്റ്റാമ്പുകൾ കീറിയെടുക്കുമ്പോൾ വർഷം അപ്രത്യക്ഷമാകുന്ന ഒരു സ്റ്റാമ്പും ഇന്ത്യയിലുണ്ടായിട്ടുണ്ട്. ഏതാണീ സ്റ്റാമ്പ്?*

    Flora & Fauna of North East India (2005 മാർച്ച് 24 ന്)

13. *വിക്ടോറിയാ രാജ്ഞിയുടെ പടം തലകീഴായി അച്ചടിച്ച സ്റ്റാമ്പ് ആരാണ് പുറത്തിറക്കിയത്?*

    ഈസ്റ്റിന്ത്യാ കമ്പനി ഭാരതത്തിനുവേണ്ടി 1854 ൽ ഇറക്കിയ 4 അണ മൂല്യമുള്ള സ്റ്റാമ്പിൽ.

14. *അബദ്ധങ്ങളുള്ള സ്റ്റാമ്പിനെ ഏതു പേരിലാണ് പരിചയപ്പെടുത്താറ്?*

    Error Stamps

15. *ബ്രോഷറിൽ 250 രൂപ എന്നും സ്റ്റാമ്പിൽ 100 എന്നും ബ്രോഷറിൽ മറ്റൊരിടത്ത് 100 രൂപ എന്നും അച്ചടിച്ച ഒരു കമമ്മറേറ്റീവ് സ്റ്റാമ്പും ഇന്ത്യൻ തപാൽ വകുപ്പ് 2011 ൽ പുറത്തിറക്കിയിട്ടുണ്ട്. ആരുടെ പേരിലുള്ളതായിരുന്നു ഈ തപാൽ സ്റ്റാമ്പ്.*

    മഹാത്മാഗാന്ധിയുടെ

10. *രൂപയിൽ സ്റ്റാമ്പുകളുടെ മൂല്യം കണക്കാക്കുന്നതിൽ തെറ്റ് ഉണ്ടോ?*

    1975 മുതൽ ആണെങ്കിൽ തെറ്റുതന്നെ - പൈസയിലാണ് തപാൽ സ്റ്റാമ്പിന്റെ വില രേഖപ്പെടുത്താറ്, 1915 മുതൽ.

5

തപാൽ സ്റ്റാമ്പിലെ കേരളം - മലയാളികൾ

ഇന്ത്യൻ സ്റ്റാമ്പുകളിൽ പലതവണ കേരളവും മലയാളികളും വിഷയമായിട്ടുണ്ട്. 1967 ആഗസ്ത് 21 ന് പുറത്തിറക്കിയ 15 പൈസ വിലയുള്ള സ്റ്റാമ്പിൽ ശ്രീനാരായണഗുരുവിനാണ് ആദ്യമായി അതിനു ഭാഗ്യമുണ്ടായത്. തൊട്ടടുത്ത വർഷം തന്നെ കൊച്ചിൻ സിനഗോഗ് സ്റ്റാമ്പിൽ പ്രത്യക്ഷപ്പെട്ടതോടെ കേരളത്തിലെ മറ്റു മേഖലകളിലെ വിഷയം കൂടിയായി. കേരളവുമായി ബന്ധപ്പെട്ട തപാൽ സ്റ്റാമ്പുകളെക്കുറിച്ച് ഇനി മനസ്സിലാക്കാം.

1. *ഇന്ത്യൻ സ്റ്റാമ്പുകളിൽ മുഖം കാണിച്ച ആദ്യത്തെ മലയാളി വനിത ആരാണെന്നു പറയാമോ?*

   അൽഫോൺസാമ്മ 1996 ൽ

2. *മറ്റൊരു തവണകൂടി അൽഫോൺസാമ്മയുടെ മുഖം തപാൽ സ്റ്റാമ്പിൽ പ്രത്യക്ഷപ്പെടുകയുണ്ടായി. എന്നായിരുന്നു അത്?*

   2008 നവംബർ 16 ന്

3. *ഭാരത സർക്കാരിന്റെ വെള്ളി നാണയങ്ങളിൽ പ്രത്യക്ഷപ്പെട്ട രണ്ടു മലയാളികൾ ആരെല്ലാമായിരുന്നു?*

   ശ്രീനാരായണഗുരു (2006), അൽഫോൺസാമ്മ (2009)

4. *നാരായണ ഗുരുവിനുശേഷം തപാൽ സ്റ്റാമ്പിൽ പ്രത്യക്ഷപ്പെട്ടത് വിഖ്യാതനായ ഒരു ചിത്രകാരനായിരുന്നു. ആര്?*

   രാജാരവിവർമ്മ (1971)

5. *1975 ൽ കേരളത്തിന്റെ ലോകപ്രശസ്തമായ ഒരു കലാരൂപവും തപാൽ സ്റ്റാമ്പിനു വിഷയമായി. ഏതാണാ കലാരൂപം?*

   കഥകളി.

6. *അൽഫോൺസാമ്മയെപ്പോലെ രണ്ടു പ്രാവശ്യം തപാൽ സ്റ്റാമ്പിൽ ഇടം നേടിയ മറ്റൊരു മലയാളി കൂടിയുണ്ട് ആര്?*

വി കെ കൃഷ്ണമേനോൻ (1975, 1997)

7. *2009 ൽ അയൽ സംസ്ഥാനമായ ശ്രീലങ്ക ഒരു മലയാളിയെ സ്റ്റാമ്പിലൂടെ ആദരിക്കുകയുണ്ടായി. ആരെ?*

ശ്രീ നാരായണഗുരുവിനെ

8. *കേരളീയ കലാരൂപമായ കഥകളിയെ ഇന്ത്യക്കു പുറമെ മറ്റു രണ്ടു രാജ്യങ്ങൾ കൂടി സ്റ്റാമ്പിൽ വിഷയമാക്കിയിട്ടുണ്ട്. ഏതാണ് ആ രാജ്യങ്ങൾ?*

സിംഗപ്പൂരും ജപ്പാനും

9. *നമ്മുടെ മലയാള ലിപിയും ഇന്ത്യൻ തപാലിൽ പ്രത്യക്ഷപ്പെട്ടിട്ടുണ്ട്. എന്നറിയാമോ? എത്ര തവണ മലയാള ലിപി സ്റ്റാമ്പിൽ വിഷയമായിട്ടുണ്ട്?*

അഞ്ചു തവണ

10. *മലയാള മനോരമ എന്ന് മൂന്നു പ്രാവശ്യം സ്റ്റാമ്പിൽ വിഷയമായി ഏതുവർഷം?*

2011 ലെ കെ എം മാത്യു സ്റ്റാമ്പിലും, 1988 ലെ മനോരമശതാബ്ദി സ്റ്റാമ്പിലും 2013 ലെ മലയാള മനോരമ സ്റ്റാമ്പിലും.

11. *1989 – 2011 വർഷങ്ങളിൽ മലയാളാക്ഷരങ്ങൾ ഏതു വിഷയവുമായി ബന്ധപ്പെട്ടാണ് പുറത്തിറങ്ങിയത്?*

കൊച്ചി, തിരുവിതാംകൂർ സ്റ്റാമ്പുകളുടെ പുനപ്രസിദ്ധീകരണത്തിൽ

12. *മലയാളത്തിലെ മൂന്ന് ജ്ഞാനപീഠ ജേതാക്കളെ തപാൽ സ്റ്റാമ്പിലൂടെ ഇന്ത്യ ആദരിക്കുകയുണ്ടായി. 2003 ൽ ആരെയെല്ലാം?*

ജി ശങ്കരക്കുറുപ്പ്, എസ് കെ പൊറ്റെക്കാട്ട്, തകഴി ശിവശങ്കരപ്പിള്ള

13. *2009 ൽ തപാൽ സ്റ്റാമ്പിലിടം നേടിയ മലയാളിയായ ഒരു വിശ്വോത്തര സാഹിത്യകാരൻ ആരായിരുന്നു?*

വൈക്കം മുഹമ്മദ് ബഷീർ

14. *ഇതുവരെ ഒരേയൊരു മലയാള ചലച്ചിത്ര താരമേ സ്റ്റാമ്പിൽ ഇടം നേടിയിട്ടുള്ളൂ. ആരാണത്? ഏതു വർഷമായിരുന്നു അത്?*

പ്രേം നസീർ – 2013 ൽ

15. *കേരളത്തിൽനിന്നുള്ള ഇന്ത്യയുടെ വീരപുത്രൻ മുഹമ്മദ് അബ്ദുറഹ്മാൻ സാഹിബിനെ തപാൽ സ്റ്റാമ്പിലൂടെ ഏതു വർഷമാണ് ആദരിച്ചത്?*

1998 ൽ

16. *2010 ൽ തപാൽ സ്റ്റാമ്പിൽ ഇടം നേടിയ മഹാനായ ഒരു രാഷ്ട്രീയാചാര്യൻ?*

പാണക്കാട് സയ്യിദ് മുഹമ്മദലി ശിഹാബ് തങ്ങൾ

17. *2000 ത്തിൽ കേരളത്തിന്റെ ഔദ്യോഗിക പുഷ്പമായ കണിക്കൊന്നയ്ക്കൊപ്പം ധീരദേശാഭിമാനിയായ ഒരു കേരളീയ സ്വാതന്ത്ര്യസമര നായകനെകൂടി ഇന്ത്യൻ തപാൽ ആദരിക്കുകയുണ്ടായി, തപാൽ സ്റ്റാമ്പിലൂടെ— ആരെയായിരുന്നു അത്?*

കുഞ്ഞാലിമരയ്ക്കാരെ

18. *നാലു തപാൽ സ്റ്റാമ്പുകളാണ് 2013 ൽ കേരളവുമായി ബന്ധപ്പെട്ട് ഇന്ത്യൻ തപാൽ വകുപ്പ് പുറത്തിറക്കിയിട്ടുള്ളത്. ഏതൊക്കെയാണ് ആ സ്റ്റാമ്പുകൾ?*

സി അച്യുതമേനോൻ, മലയാള മനോരമ, പ്രേം നസീർ, കേരള അസംബ്ലി.

19. *കേരളത്തെ വായിപ്പിക്കാൻ പ്രേരിപ്പിച്ച പി എൻ പണിക്കരുടെ പടമുള്ള തപാൽ സ്റ്റാമ്പും പുറത്തിറക്കിയിട്ടുണ്ട്. എന്ന്?*

2004 ൽ

20. *കേരള മുഖ്യമന്ത്രിമാരിൽ ഇതുവരെ മൂന്നുപേരുടെ സ്റ്റാമ്പുകൾ പുറത്തിറങ്ങിയിട്ടുണ്ട്. ആരുടെയൊക്കെ? ഏതു വർഷങ്ങളിൽ?*

ഇ എം എസ് (2001), ആർ ശങ്കർ (2009), സി അച്യുതമേനോൻ (2013)

21. *പ്രൈമറി വിദ്യാഭ്യാസം മാത്രമുള്ള ഒരു പട്ടിണിക്കാരൻ അറിയപ്പെടുന്ന വ്യവസായിയായി മാറി. ഭാവി തലമുറയ്ക്ക് മാർഗ്ഗദീപമായി മാറിയ ചരിത്രമുണ്ട്. ഇത്തരമൊരു വ്യക്തിയെ ആദരിക്കാൻ അദ്ദേഹത്തിന്റെ സ്റ്റാമ്പിറക്കുകയായിരുന്നു ഇന്ത്യൻ തപാൽ. ഏതാണീ വ്യക്തി? എന്നാണ് സ്റ്റാമ്പ് ഇറങ്ങിയത്? അതിന്റെ മൂല്യം?*

തങ്ങൾ കുഞ്ഞു മുസ്ലിയാർ (ടി കെ എം) 2001 ഒക്ടോബർ 26 ന്. 4 രൂപ.

22. *ഇന്ത്യൻ സുഗന്ധവ്യഞ്ജനങ്ങൾ എന്ന പരമ്പരയിൽ 2009 ഏപ്രിൽ 29 ന് ഇന്ത്യൻ തപാൽ വകുപ്പ് കേരളത്തിലെ നാല് വ്യഞ്ജനങ്ങളുടെ സ്റ്റാമ്പ് പുറത്തിറക്കിയിട്ടുണ്ട്. ഏതൊക്കെ?*

ഏലം, കുരുമുളക്, ഗ്രാമ്പൂ, കറുവാപ്പട്ട

23. *പഴയ ഒരു സ്റ്റാമ്പ് പുതു സ്റ്റാമ്പിലൂടെ പുനർജ്ജനിച്ച സംഭവവുമുണ്ടായിട്ടുണ്ട്. ഇന്ത്യൻ തപാൽവഴി കേരളത്തിൽ ഏതാണത്?*

തിരുവിതാംകൂർ അഞ്ചൽ (1989 ൽ)

24. *കേരളവുമായി ബന്ധപ്പെട്ട സ്റ്റാമ്പുകളിലെ ഏറ്റവും കുറഞ്ഞ മൂല്യമുള്ള സ്റ്റാമ്പ് എത്ര വിലയുള്ളതാണ്?*

15 പൈസ (ശ്രീനാരായണ ഗുരു)

6

കൗതുകപദങ്ങൾ പ്രയോഗങ്ങൾ

പോസ്റ്റോഫീസുമായും തപാലുമായും ബന്ധപ്പെട്ട ചില കൗതുക കരമായ പദങ്ങളുണ്ട്. അവയെക്കുറിച്ചാണ് ഈ ചോദ്യോത്തരങ്ങൾ

1. *പോസ്റ്റ് ഓഫീസ് ഇങ്ങനെയൊരു കൃതി ഇന്ത്യൻ സാഹിത്യത്തിൽ രചിക്കപ്പെട്ടിട്ടുണ്ട്. ഇത് ആര് എഴുതിയതാണ്?*

   രവീന്ദ്രനാഥ ടാഗോർ

2. *ഇന്ത്യൻ തപാൽ സ്റ്റാമ്പുകളുടെ പിതാവായി ഗണിച്ചുപോരുന്ന വ്യക്തി?*

   എച്ച് എൽ തുല്ലിയാർ

3. *തപാലുരുപ്പടികളിൽ സ്റ്റാമ്പ് പതിക്കാതെ തപാൽ കൂലി ചുമത്തുന്ന രീതിയുണ്ട്. ഏതു പേരിലാണ് അത് അറിയപ്പെടുന്നത്?*

   Franknk

4. *സ്റ്റാമ്പുകളിലെ ചിത്രപ്പണികൾക്കും ഒരു പേരുണ്ട്. ഏത്?*

   Motif

5. *തപാൽ രംഗത്തുപയോഗിക്കുന്ന Beat എന്താണ്?*

   ഒരു പോസ്റ്റുമാന് അനുവദിച്ച ഡെലിവറി ഏരിയ

6. *വിമാനമാർഗ്ഗവും തപാലുരുപ്പടികൾ കൊണ്ടുപോകാറുണ്ടല്ലോ. വിമാനാപകടങ്ങളിൽനിന്നു വീണ്ടെടുക്കുന്ന കത്തുകളെ വിളിക്കുന്നത് ഏതു പേരിലാണ്?*

   Salvage Mail

7. *എന്താണ് മീഡിയാപോസ്റ്റ്?*

   പരസ്യങ്ങളുള്ള കാർഡുകൾ, ഇൻലന്റുകൾ

8. *കൃത്രിമ സ്റ്റാമ്പുകളെ Postal Service വിളിക്കുന്നത്?*
Labels
9. *പോസ്റ്റ് ഓഫീസുകൾ തീയതി കാണിച്ചുകൊണ്ടുള്ള മുദ്രയടിക്ക് എന്താണു പറയുന്നത്?*
Date Stamp
10. *ആവശ്യത്തിനുള്ള തപാൽ വഴി പതിക്കാത്ത ഉരുപ്പടികളിൽ കൂലി ചുമത്തുന്നതിന് എന്തു പറയുന്നു?*
Due Letters
11. *എന്താണ് Post Mark?*
ഉപയോഗിക്കാത്ത സ്റ്റാമ്പുകളിൽ ക്യാൻസൽ ചെയ്യുന്നവ.
12. *ലോകത്തിലെ ആദ്യത്തെ ഫിലാറ്റലി സംഘടന?*
ഒമ്നി ബസ്
13. *യുദ്ധാവസരങ്ങളിൽ ചെലവിലേക്കുള്ള ധനസമാഹാരണാർത്ഥം സ്റ്റാമ്പുകളിൽ കൂടുതൽ കൂലി ചുമത്താറുള്ള ഈ സമ്പ്രദായം എങ്ങനെ അറിയപ്പെടുന്നു?*
War Tax Stamps
14. *നിറം മങ്ങിയ സ്റ്റാമ്പുകൾക്കും കവറുകൾക്കും പറയുന്ന പേര്*
Albino
15. *എന്താണ് Blind Literature?*
അന്ധന്മാർക്കുള്ള തപാൽകൂലി ഇളവു ചെയ്ത ഉരുപ്പടികൾ
16. *കോർട്ട് ഫീ സ്റ്റാമ്പുകൾ തപാലിന്റെ ആവശ്യത്തിനു വേണ്ടിയല്ലല്ലോ ഉപയോഗിച്ചു വരുന്നത്. ഇത്തരം സ്റ്റാമ്പുകളെ എന്തുപേരിലാണ് പരിചയപ്പെടുത്താറ്?*
Fiscal Stamps
17, *ഉപയോഗിക്കാത്ത പുത്തൻ സ്റ്റാമ്പുകൾ അറിയപ്പെടുന്നത്?*
Mint Stamps
18. *പായ്ക്ക് പോസ്റ്റ് (Pack post) എന്നാൽ എന്താണ്?*

പാർസൽ ഉരുപ്പടികൾ തപാൽ വകുപ്പ് തന്നെ പായ്ക്കു ചെയ്ത് അതാക്കുന്ന രീതി.

19. *ഇന്ത്യയിൽ എത്ര വിധത്തിൽ പോസ്റ്റോഫീസുകൾ പ്രവർത്തിക്കുന്നുണ്ട്? ഏതൊക്കെയാണ് അവ.*

4. ഇന്ത്യൻ ഹെഡ് പോസ്റ്റോഫീസ്. സബ് പോസ്റ്റോഫീസുകൾ, എക്സ്ട്രാ ഡിപ്പാർട്ടുമെന്റൽ സബ് പോസ്റ്റോഫീസുകൾ, എക്സ്ട്രാ ഡിപ്പാർട്ടുമെന്റൽ ബ്രാഞ്ച് പോസ്റ്റോഫീസുകൾ.

20. *Nippon - ഏതു രാജ്യത്തെ സ്റ്റാമ്പിലാണ് ഇങ്ങനെ കുറിച്ചിട്ടുള്ളത്.*
ജപ്പാൻ

21. *Mint Stamp എന്ന് മറ്റൊരു വിധത്തിലുള്ള മുദ്രകൾക്കും പേരുണ്ട്. ഏതു സ്റ്റാമ്പുകൾക്കാണ്?*
മറുഭാഗത്ത് പശയുള്ള ഉപയോഗിക്കാത്ത സ്റ്റാമ്പുകൾ
22. *കിച്ചർ ക്യാൻസുലേഷൻ സ്റ്റാമ്പുകൾ എന്നറിയപ്പെടുന്നത് ഏതുതരം സ്റ്റാമ്പുകളാണ്?*
ചിത്രങ്ങൾ തിരിച്ചറിയാൻ സാധിക്കാത്തതിനാൽ ക്യാൻസൽ ചെയ്യപ്പെട്ട സ്റ്റാമ്പുകൾ.
23. *അച്ചടിക്കിടയിൽ മഷി പടർന്ന സ്റ്റാമ്പുകൾ ഏതു പേരിലാണ് അറിയപ്പെടുന്നത്?*
Smudge points
24. *കമമ്മറേറ്റീവ് സ്റ്റാമ്പുകൾ എന്നു കേൾക്കാറുണ്ടല്ലോ. എന്താണ് അവ?*
പരിമിതമായ എണ്ണം, ഒറ്റത്തവണ മാത്രം ഇറക്കുന്ന സ്റ്റാമ്പുകൾ.
25. *വിറ്റുപോകുന്നതിനനുസരിച്ച് വീണ്ടും വീണ്ടും അടിച്ചിറക്കുന്ന സ്റ്റാമ്പുകൾക്കു പറയുന്ന പേര്?*
ഡെഫനിറ്റീവ് (Definitive Stamps)
26. *Stamps on Stamps എന്ന പ്രയോഗം കൊണ്ട് എന്നാണ് അർത്ഥമാക്കുന്നത്?*
മറ്റൊരു സ്റ്റാമ്പിനെ വിഷയമാക്കി ഇറക്കുന്ന സ്റ്റാമ്പുകൾ
27. *ഫസ്റ്റ് ഡേ കവർ (First Day cover)എന്താണിത്?*
കമമ്മറേറ്റീവ് സ്റ്റാമ്പുകൾക്കൊപ്പം ഇറങ്ങുന്ന കവറുകൾ
28. *പുതിയതായി ഇറങ്ങുന്ന സ്റ്റാമ്പുകൾക്കൊപ്പം സ്റ്റാമ്പുകളെക്കുറിച്ചുള്ള വിവരങ്ങൾ പ്രതിപാദിക്കുന്ന ഒരു ഷീറ്റുമുണ്ടാകും. രണ്ടു രൂപാ വിലയുള്ള ഈ പേജ് എങ്ങനെയാണ് അറിയപ്പെടുന്നത്?*
സ്റ്റാമ്പ് ഇൻഫർമേഷൻ ഷീറ്റ്
29. *പോസ്റ്റുകാർഡിനേക്കാൾ അല്പം വലുപ്പക്കുറവുള്ള ഷീറ്റുകളിൽ ഒരു സ്റ്റാമ്പുമാത്രം അടിച്ചിറക്കുന്ന സ്റ്റാമ്പുകളുമുണ്ട്. ഇവയുടെ പേര്?*
മിനിയേച്ചർ സ്റ്റാമ്പ്
30. *അച്ചടിവേളയിൽ അശ്രദ്ധമൂലം അബദ്ധങ്ങൾ പിണഞ്ഞ സ്റ്റാമ്പുകളെ എങ്ങനെയാണ് പരിചയപ്പെടുത്താറ്?*
എറേഴ്സ് സ്റ്റാമ്പുകൾ
31. *പ്രത്യേക സംഭവങ്ങളെ ഓർമ്മിപ്പിക്കുന്നതിനുള്ള പോസ്റ്റൽ ചിഹ്നം ഏതാണ്?*
കാച്ചെറ്റ് (catchet).

9 789386 637505

Printed by Libri Plureos GmbH in Hamburg,
Germany